ഇന്ത്യൻ നവോത്ഥാനം

indian navodhanam

•

dr. k k radha

•

first edition
september 2007

•

second edition
june 2009

•

third edition
march 2017

•

fourth edition
december 2018

•

typesetting & published
chintha publishers, thiruvananthapuram

•

cover
midas

വിതരണം

ദേശാഭിമാനി ബുക്ക് ഹൗസ്

H O തിരുവനന്തപുരം-695 035
phone: 0471-2303026, 6063026
www.chinthapublishers.com
chinthapublishers@gmail.com

ബ്രാഞ്ചുകൾ

ഹെഡ്ഡാഫീസ് ബ്രാഞ്ച് കുന്നുകുഴി • സ്റ്റാച്യു തിരുവനന്തപുരം • കെ എസ് ആർ ടി സി ബസ് സ്റ്റേഷൻ ആലപ്പുഴ • കെ എസ് ആർ ടി സി ബസ് സ്റ്റേഷൻ എറണാകുളം • മച്ചിങ്ങൽ ലെയിൻ തൃശൂർ • ഐ ജി റോഡ് കോഴിക്കോട് • മാവൂർ റോഡ് കോഴിക്കോട് • എൻ ജി ഒ യൂണിയൻ ബിൽഡിങ് കണ്ണൂർ • സെൻട്രൽ ബസ് ടെർമിനൽ കോംപ്ലക്സ് താവക്കര കണ്ണൂർ

CR - VV. 16 / 1990 / 4854
ISBN - 978-81-26202-71-3

ഇന്ത്യൻ നവോത്ഥാനം

ഡോ. കെ കെ രാധ

ചിന്ത പബ്ലിഷേഴ്സ്
തിരുവനന്തപുരം-695 035

ഡോ. കെ കെ രാധ

1954-ൽ പയ്യന്നൂരിൽ ജനനം. അച്ഛൻ: കെ എൻ കൃഷ്ണ സ്വാമി, അമ്മ: ലക്ഷ്മിക്കുട്ടി.

കോഴിക്കോട് സർവകലാശാലയിൽനിന്ന് ചരിത്രത്തിൽ ഒന്നാം റാങ്കോടെ ബിരുദാനന്തരബിരുദം. വൈഷ്ണ വമതത്തെക്കുറിച്ചുള്ള ഗവേഷണപഠനത്തിന് കേരള സർവകലാശാലയിൽനിന്ന് ഡോക്ടറേറ്റ്.

1978-ൽ ഗവ. കോളേജധ്യാപികയായി. ഇപ്പോൾ നെടു മങ്ങാട് ഗവ. കോളേജ് പ്രിൻസിപ്പാൾ.

എ കെ ജി സി ടിയുടെ സജീവപ്രവർത്തക.

ഭർത്താവ്: എ എം നന്ദകുമാർ

മക്കൾ: അശ്വിനി, അഞ്ജന

വിലാസം: 'നീലാംബരം', മുറിഞ്ഞപാലം
മെഡിക്കൽകോളേജ് പി ഒ
തിരുവനന്തപുരം

ഉള്ളടക്കം

1

നവോത്ഥാനം-ഒരു നിരന്തരപ്രക്രിയ

ഇന്ത്യയുടെ ചരിത്രത്തിലെ വിവിധ ഘട്ടങ്ങളിലായി സമൂഹത്തിൽ നവീകരണപ്രസ്ഥാനങ്ങൾ ഉയർന്നു വന്നിട്ടുണ്ട്. ഓരോ സാമൂഹ്യ വ്യവസ്ഥയും രൂപംകൊള്ളുന്നത് അതാതിടത്തെ ഉൽപ്പാദനരീതിയുമായി ബന്ധപ്പെട്ടുകൊണ്ടാണ്. ഉൽപ്പാദനരീതിയിൽ വരുന്ന മാറ്റത്തിനനുസരിച്ച് സാവധാനത്തിൽ സാമൂഹ്യവ്യവസ്ഥയിലും മാറ്റം വരും. ഇത്തരത്തിൽ ഒരുൽപ്പാദനരീതി മറ്റൊന്നിലേക്ക് പരിണമിക്കുന്ന സംക്രമണദശയിൽ ചില സമൂഹങ്ങളിൽ ചില സവിശേഷപ്രതിഭാസങ്ങൾ പ്രത്യക്ഷപ്പെടാറുണ്ട്. ഏതു രാജ്യത്തിലായാലും വ്യത്യസ്ത രൂപങ്ങളിൽ ഈ പ്രതിഭാസം പ്രകടമായിട്ടുണ്ട്. സ്ഥാപിതവ്യവസ്ഥയ്ക്കെതിരെ പ്രതിഷേധമുയർത്തുക, മാറ്റങ്ങൾക്കുവേണ്ടി നിലകൊള്ളുക, എന്നത് ഏതൊരു സംസ്കാരത്തിന്റെ വളർച്ചക്കിടയിലും സംഭവ്യമായ ഒന്നാണ്. ഇന്ത്യയിൽ നൂറ്റാണ്ടുകൾക്കു മുമ്പു തന്നെ ഇത്തരം പ്രതിഷേധസ്വരങ്ങളും

ബുദ്ധൻ

പരിഷ്കരണശ്രമങ്ങളും ഉണ്ടായിട്ടുണ്ട്. ഇതിനുള്ള വകയൊരുക്കിക്കൊടുത്തത് ഹൈന്ദവമതവും ആ മതം സൈദ്ധാന്തിക സാധൂകരണം നൽകിയ ജാതിവ്യവസ്ഥയുമായിരുന്നു. ദുഷിച്ചതും ജീർണ്ണിച്ചതുമായ ആചാരാനുഷ്ഠാനങ്ങൾക്കും വിശ്വാസങ്ങൾക്കും, അവയുടെ ബലത്തിൽ സമൂഹത്തിൽ മേലാളസ്ഥാനം നേടിയ വർഗ്ഗത്തിനും, എതിരെയായിരുന്നു ഈ പ്രതിഷേധങ്ങൾ. അതിനാൽത്തന്നെ, ഇന്ത്യയിലെ നവീകരണപ്രസ്ഥാനങ്ങൾക്ക് പൊതുവെ, മത-ജാതി പരിഷ്കരണസ്വഭാവം കൈവന്നു. അതേസമയം, അവയുടെ ഭൗതികാടിത്തറയ്ക്ക് മാറ്റമുണ്ടായിരുന്നില്ല.

മീര

ക്രിസ്തുവിന് മുൻപ് ആറാം നൂറ്റാണ്ടിൽ ഇന്ത്യയിലുദയം ചെയ്ത ബുദ്ധ-ജൈന-ചാർവാക സിദ്ധാന്തപദ്ധതികൾ ഇത്തരത്തിലുള്ള പ്രസ്ഥാനങ്ങളായിരുന്നു; കാർഷികവൃത്തിയിലേക്ക് അതിവേഗം പുരോഗമിച്ചുകൊണ്ടിരുന്ന സമൂഹത്തിൽ, സാമൂഹ്യവിരുദ്ധമായി നിലനിന്നിരുന്നവയോടുള്ള പ്രതിഷേധമായിട്ടാണ് ബുദ്ധമതം ഉയർന്നുവന്നത്. 'സമൂഹത്തിലെ ദുരവസ്ഥകളെയും അതിനെ നിവാരണം ചെയ്യാനുള്ള മാർഗ്ഗങ്ങളെയും അപഗ്രഥിക്കുന്ന ശാസ്ത്രീയസമീപനമായിരുന്നു' ബുദ്ധന്റേത്. ക്രിസ്തുവിന് ശേഷം ആറ്, ഏഴ് നൂറ്റാണ്ടുകളിൽ ദക്ഷിണേന്ത്യയിൽ ഭക്തിപ്രസ്ഥാനം ഉയർന്നുവന്നതാകട്ടെ, ജന്മി-നാടുവാഴി സമ്പ്രദായത്തിന്റെ വികാസവുമായി ബന്ധപ്പെട്ടാണ്. ജന്മി-നാടുവാഴി ഘട്ടത്തിൽ ദൃഢപ്പെടുത്തിയ സാമൂഹ്യരൂപമാണ് ജാതിവ്യവസ്ഥ. ഈ സാമ്പത്തിക-സാമൂഹ്യാടിത്തറയിലാണ് ശൈവ-വൈഷ്ണവ-ശാക്തേയ ധാരകളുൾച്ചേർന്നിരിക്കുന്ന ഹിന്ദുമതം ജന്മംകൊണ്ടത്.

രാമനന്ദൻ

പിൽക്കാലത്ത് വീണ്ടും സാമൂഹ്യ-മതപരിഷ്കരണപ്രസ്ഥാനങ്ങൾ ഇന്ത്യയിൽ ഉദയംചെയ്തു. പന്ത്രണ്ടാം നൂറ്റാണ്ടിൽ കർണാടകത്തിൽ ഉയർന്നുവന്ന വീരശൈവമതം, വേദങ്ങളുടെ ആധികാരികതയെയും ബ്രാഹ്മണപു

ഗുരുനാനാക്ക്

രോഹിതരുടെ അധികാരത്തെയും എതിർത്തു; സമൂഹത്തിൽ സ്ത്രീകളുടെ സ്ഥാനം പുനർനിർണ്ണയിക്കണമെന്ന് വാദിച്ചു; സ്ത്രീപുരുഷസമത്വത്തിനു വേണ്ടി നിലകൊണ്ടു; വിധവാ പുനർവിവാഹം വേണ്ടതാണെന്നും, ബാലവിവാഹം പാടില്ലെന്നും പറഞ്ഞു; ഈ കാലഘട്ടത്തിൽത്തന്നെ ഉയർന്നുവന്ന ഭക്തിപ്രസ്ഥാനത്തിലാകട്ടെ, സമത്വസുന്ദരമായ, ജാതിമതഭേദങ്ങളില്ലാത്ത സമൂഹത്തിന് വേണ്ടി ആഹ്വാനം ചെയ്തു; പുരോഹിതമേധാവിത്വത്തെയും ബിംബാരാധനയെയും അന്ധവിശ്വാസങ്ങളെയും എതിർത്തു. സ്ത്രീകളുടെ, സമൂഹത്തിലെ പദവി മെച്ചപ്പെടണമെന്നും അവർ വിദ്യാഭ്യാസം നേടണമെന്നും പറഞ്ഞു.

ബുദ്ധനും വർദ്ധമാനനും പാലി ഭാഷ ഉപയോഗിച്ചപ്പോൾ, ദേവഭാഷയുടെ കടന്നുകയറ്റമുണ്ടായിട്ടും, തമിഴകത്തെ ആഴ്വാർമാരും നായനാർമാരും ശുദ്ധതമിഴിൽ ഭക്തിഗീതങ്ങൾ പാടി; കർണ്ണാടകത്തിലും, പിൽക്കാലത്ത് ചൈതന്യന്റെയും മീരയുടെയും ഗുരുനാനാക്കിന്റെയും കബീറിന്റെയും ദേശങ്ങളിലും അതത് പ്രാദേശിക ഭാഷകളിലാണ് ഈ പരിഷ്കർത്താക്കൾ സംവദിച്ചത്; പത്തൊമ്പതാം നൂറ്റാണ്ടിലെ ഇന്ത്യയിലും, ധൈഷണികസമൂഹം, സാമൂഹ്യ പരിഷ്കാരപ്രസ്ഥാനങ്ങൾ തുടങ്ങിവെച്ചപ്പോൾ, പ്രാദേശിക ഭാഷകളുടെ പരിപോഷണത്തിന്, പ്രഥമപ്രാധാന്യം നൽകിയിരുന്നല്ലോ.

1360-നും 1470-നും ഇടയിൽ ജീവിച്ചിരുന്ന രാമാനന്ദനിൽ സമൂഹവിമർശനവും ഭക്തിയും ഒരുപോലെ ഇഴചേർന്നിരുന്നു. അദ്ദേഹത്തിന്റെ ശിഷ്യൻ കബീറാകട്ടെ ഹിന്ദുമതത്തിലെയും ഇസ്ലാം മതത്തിലെയും യാഥാസ്ഥിതികത്വത്തെ നിശിതമായി കുറ്റപ്പെടുത്തി; കർഷകരും കൈവേലക്കാരും അയിത്തജാതിക്കാരും അദ്ദേഹത്തിൽ ആകൃഷ്ടരായി. ഇത് അന്നത്തെ സ്ഥാപിതവ്യവസ്ഥിതിക്കുനേരെയുള്ള ഉറച്ച ആക്രമണമായിരുന്നു. കബീറിന്റെ ശിഷ്യൻ ഡാഡുവിന്റെ

കബീർദാസ്

അനുയായികളായ ഡാഡുപന്ഥികൾ, രാജസ്ഥാനിലെ ഏറ്റവും ശക്തരായ കീഴ്ജാതിക്കാരായിരുന്നു. ഇവരിൽക്കൂടിയെല്ലാം, ഹിന്ദി, പഞ്ചാബി, രാജസ്ഥാനി, ബംഗാളി ഭാഷകൾ സമ്പന്നമായിത്തീരുകയും ചെയ്തു.

ഈ പശ്ചാത്തലം മനസ്സിൽ വച്ചുകൊണ്ടാവണം നമ്മൾ 19-ാം നൂറ്റാണ്ടിലെ ഇന്ത്യൻ നവോത്ഥാനത്തെ കാണേണ്ടത്.

2

ഫ്യൂഡലിസത്തിൽനിന്ന് മുതലാളിത്തത്തിലേക്ക്:

ഫ്യൂഡലിസത്തിൽനിന്ന് മുതലാളിത്തത്തിലേക്കുള്ള പരിവർത്തനഘട്ടത്തിലെ, ജീവിതസംഘർഷങ്ങളിൽനിന്നാണ്, യൂറോപ്പിൽ നവോത്ഥാനം രൂപപ്പെട്ടത്. ലോകത്തിലെ എല്ലാ ഭാഗങ്ങളിലെയും പോലെ ഇന്ത്യയിലും മതാധിഷ്ഠിതമായ സാമൂഹ്യബന്ധങ്ങളാണല്ലോ ഫ്യൂഡൽ കാലഘട്ടത്തിൽ നിലനിന്നിരുന്നത്. ഇന്ത്യയിൽ, മുതലാളിത്തം വികസിക്കുന്നത്, യൂറോപ്പിനേക്കാൾ വളരെ വൈകിയാണ്. അതിനുകാരണം, ജാതിവ്യവസ്ഥയിലധിഷ്ഠിതമായ സാമൂഹ്യവിഭജനമായിരുന്നു. പരമ്പരാഗത തൊഴിലുകൾ ചെയ്തിരുന്ന തൊഴിൽക്കൂട്ടങ്ങൾ അസംഖ്യം ജാതികളായി പരിണമിക്കുകയായിരുന്നല്ലോ. ഫ്യൂഡൽ വ്യവസ്ഥിതിയിലെ ഈ അടഞ്ഞ 'സമ്പദ് ഘടനക്ക്' കാലം ചെന്നപ്പോൾ ഇളക്കം തട്ടി; മുഗൾ ഭരണകാലത്തു തന്നെ ഇടത്തരക്കാരുടെ ഒരു പുതിയ വർഗ്ഗം ഉയർന്നുവരാൻ തുടങ്ങിയിരുന്നു.

മുഗൾ ചിത്രം

മുഗൾ വാസ്തുകല -
ഹുമയൂണിന്റെ ശവകുടീരം

കൊളോണിയൽ ഭരണം സ്ഥാപിതമായതോടെ ഇന്ത്യയുടെ സമ്പദ്ഘടനയിൽ കാര്യമായ മാറ്റം സംഭവിച്ചു. മുൻപൊരിക്കലുമുണ്ടാകാത്ത വിധത്തിൽ ഇന്ത്യയെ ഒരു മുതലാളിത്തരാജ്യം കീഴടക്കുകയായിരുന്നു. ഇവിടെ നിലനിന്നിരുന്ന ഫ്യൂഡൽ സാമൂഹ്യഘടനയെ പാടെ അട്ടിമറിക്കാതെ, ഇവിടെ മുതലാളിത്ത വ്യവസ്ഥിതിക്ക് യോജ്യമായ സാമ്പത്തികരീതികൾ നടപ്പിൽ വരുത്താതെ, ബ്രിട്ടന് ഇന്ത്യയെന്ന കോളനിയെ തങ്ങളുടേത് മാത്രമായ മുതലാളിത്ത-സാമ്പത്തിക ആവശ്യങ്ങൾക്കായി ഉപയോഗിക്കുവാൻ കഴിയുമായിരുന്നില്ല. യഥാർഥത്തിൽ ഇന്ത്യയിൽ രാഷ്ട്രീയാധികാരം പടിപടിയായി ഉറപ്പിക്കുന്നതിനോടൊപ്പം തന്നെ പരമ്പരാഗത ഇന്ത്യൻ സമ്പദ്വ്യവസ്ഥയെയും ഓരോ പടിയായി അവർ തകർക്കുകയായിരുന്നു.

അതിനാൽ, ഇന്ത്യയിലെ ബ്രിട്ടീഷാധിപത്യ സ്ഥാപനത്തിന്റെ ചരിത്രമെന്നാൽ അത് ഇന്ത്യൻ ഫ്യൂഡൽ സമ്പദ്വ്യവസ്ഥയുടെ മുതലാളിത്ത സമ്പദ്വ്യവസ്ഥയിലേക്കുള്ള മാറ്റത്തിന്റെ ചരിത്രവുമാണ്. ഇന്ത്യയിലെ ബ്രിട്ടീഷ്ഭരണം പരമ്പരാഗത ഉൽപ്പാദനബന്ധങ്ങളിൽനിന്ന് മുതലാളിത്തരീതിയിലുള്ള കൊള്ളക്കൊടുക്കലുകളും ചരക്കുടമ ബന്ധങ്ങളും ദ്രുതഗതിയിൽ വികസിപ്പിച്ചു. യൂറോപ്യൻ രീതിയിലുള്ള പുതിയ വ്യവസായങ്ങൾ ഇന്ത്യയിലും ഉയർന്നുവന്നു. ഇത് മുഴുവനായും ബ്രിട്ടീഷുകാരുടെ കയ്യിൽ മാത്രമായിരുന്നില്ല. ഇന്ത്യയിലെ പുതിയ മുതലാളിവർഗ്ഗവും ഇതേറ്റെടുത്തു. പരമ്പരാഗത ഉൽപ്പാദനരീതികൾ ഉപേക്ഷിച്ച്, പുത്തൻ സാങ്കേതികവിദ്യ ഉപയോഗിച്ചുകൊണ്ടുള്ള വ്യവസായങ്ങളും വളർന്നുവന്നു. ഇതേ ഘട്ടത്തിൽത്തന്നെ മറ്റുപല മാറ്റങ്ങളും ഇവിടെ

ഉണ്ടായി. രാജ്യത്തിന്റെ പരമ്പരാഗത വ്യവസായങ്ങൾ - അതുവഴി പരമ്പരാഗത തൊഴിൽക്കൂട്ടങ്ങളും-തകർക്കപ്പെട്ടു. ശാശ്വത ഭൂനികുതിവ്യവസ്ഥ പോലുള്ള ഭൂപരിഷ്കരണങ്ങൾ വഴി, ആദ്യം ബംഗാളിലും പിന്നീട് ഇന്ത്യ മുഴുക്കെയും ഒരു പുതിയ ജന്മിവർഗ്ഗം സൃഷ്ടിക്കപ്പെട്ടു. ഇവർ കൊള്ളപ്പലിശയ്ക്ക് പണം കടംകൊടുക്കുന്നവരും മറ്റും അടങ്ങിയ നിർദ്ദാക്ഷിണ്യരായ പുത്തൻ ജന്മിമാരായിരുന്നു.

ഇന്ത്യൻ സമൂഹത്തിന്റെയാകെ ഭൗതികസാഹചര്യങ്ങൾ അതിവേഗംതന്നെ മാറിമറിഞ്ഞു. അത് ദശലക്ഷക്കണക്കിന് വരുന്ന ജനങ്ങളുടെ ജീവിതസാഹചര്യങ്ങളെയും അതുവഴി അവരുടെ കാഴ്ചപ്പാടുകളെയും മാറ്റിമറിച്ചു. അസംഖ്യം കൈത്തൊഴിലുകൾ ചെയ്ത് ജീവിച്ചിരുന്നവർ കൂടുതൽ കൂടുതൽ കൃഷിഭൂമിയെ ആശ്രയിക്കുകയും കാർഷികമേഖലതന്നെ മുരടിച്ചുപോകുകയും ചെയ്തത്, ഭൂമിയിന്മേലുള്ള സ്വകാര്യസ്വത്തവകാശം ആദ്യമായി നടപ്പിൽ വന്നത്, മെല്ലെയാണെങ്കിലും വ്യവസായങ്ങൾ ഉയർന്നുവന്നത്, അതുവഴി പുതിയ തൊഴിലവസരങ്ങൾ സൃഷ്ടിക്കപ്പെട്ടത് കൂടുതൽ കൂടുതൽ നഗരകേന്ദ്രങ്ങൾ ഉയർന്നുവന്നത്, തൊഴിൽതേടി ഗ്രാമങ്ങളിൽനിന്നും നഗരങ്ങളിലേക്ക് ജനങ്ങൾ പ്രയാണം ചെയ്തത്, അവിടത്തെ തിരക്കേറിയ ജീവിതസമരത്തിനിടയിൽ ജാതിച്ചട്ടങ്ങളും വിലക്കുകളും വിസ്മരിക്കപ്പെട്ടത്, രാജ്യമൊട്ടുക്കും പടർന്നുപന്തലിച്ച റെയിൽ-റോഡുകളിൽ ഇന്ത്യാചരിത്രത്തിലാദ്യമായി ജനങ്ങൾ സ്വമനസ്സാലെയോ അല്ലാതെയോ കൂട്ടംകൂട്ടമായി യാത്രചെയ്യാൻ നിർബന്ധിതരായത് - ഇവയെല്ലാംതന്നെ ഇന്ത്യൻ ജാതിവ്യവസ്ഥയുടെ തൊഴിൽപരമായ അടിത്തറയെയും ഓരോ ജാതിക്കാരും പാലിച്ചുപോന്നിരുന്ന പെരുമാറ്റച്ചട്ടങ്ങളെയും മാറ്റിനിർത്തി. ഇനിമുതൽ ഇന്ത്യാക്കാർ പുതിയ പല വർഗ്ഗങ്ങളായിത്തീരുകയാണ്-മുതലാളിമാർ, തൊഴിലാളികൾ, കർഷകഭൂവുടമകൾ, കുടിയാൻമാർ, കച്ചവടക്കാർ, ഫാക്ടറിത്തൊഴിലാളികൾ, തോട്ടംതൊഴിലാളികൾ, ഡോക്ടർമാർ, അധ്യാപകർ, വക്കീലന്മാർ തുടങ്ങിയവർക്കെല്ലാവർക്കും സമാനമായ ഭൗതിക-രാഷ്ട്രീയ-സാമൂഹ്യ താൽപ്പര്യങ്ങളാണുണ്ടായത്. മുതലാളിത്ത സമ്പദ്വ്യവസ്ഥ ഉൾക്കൊള്ളുന്ന ചില തത്ത്വങ്ങൾ-വ്യക്തിസ്വാതന്ത്ര്യം, മത്സരിക്കാനുള്ള അവകാശം, ഉടമ്പടി, ഭൂമികൈവശംവെക്കാനുള്ള അവകാശം, വ്യക്തി എന്ന അവകാശവും ബോധവും-ഇങ്ങനെ പലതും. ഇതേ കാലഘട്ടത്തിൽത്തന്നെയാണ് ഇംഗ്ലീഷ് വിദ്യാഭ്യാസത്തിന്റെ ദ്രുതഗതിയിലുള്ള വ്യാപനവും നടക്കുന്നത്. ഇംഗ്ലീഷ് വിദ്യാഭ്യാസത്തിന്റെ സ്വാധീനത്തോടുകൂടി പുതിയ ലോകവും ആശയങ്ങളും സ്വന്തമാക്കിയ പുതിയ തലമുറയ്ക്ക് പരമ്പരാഗത ജീവിതത്തോട് കലഹിക്കാതെ നിലനിൽക്കാനാവാതെവന്നു. "അന്ധവിശ്വാസങ്ങളും അനാചാരങ്ങളും ജാതിവ്യവസ്ഥയും മനുഷ്യബന്ധങ്ങൾക്കിടയിലുണ്ടാക്കിയ വിള്ളലുകൾ കൊളോണിയൽ ചൂഷകതാൽപ്പര്യങ്ങൾക്കും വിഘാതമായിരുന്നു. ഉൽപ്പാദനബന്ധങ്ങളിലുണ്ടായ മാറ്റങ്ങൾ സൃഷ്ടിക്കുന്ന

ഇത്തരത്തിലുള്ള നിരവധി സംഘർഷങ്ങളുടെ അനന്തരഫലമായാണ് ഇന്ത്യയുടെ ആധുനിക നവോത്ഥാനപ്രവർത്തനങ്ങൾ രൂപപ്പെടുന്നത്. അത് രാജാറാം മോഹൻറോയിയിലോ ശ്രീനാരായണഗുരുവിലോ ആരംഭിക്കുകയും അവസാനിക്കുകയും ചെയ്യുന്ന ഒരു വ്യക്തിഗത പ്രതിഭാസമല്ല. മറിച്ച്, സാമൂഹികവികാസത്തിന്റെ ചരിത്രപരതയിൽ അനിവാര്യമായും ഉയർന്നുവന്ന പുനഃക്രമീകരണമായിരുന്നു.

ഇതേ കാലത്തുതന്നെയാണ് വ്യത്യസ്തമായ ഒരുകൂട്ടം സാഹചര്യങ്ങൾകൂടി ഇന്ത്യയിൽ സൃഷ്ടിക്കപ്പെടുന്നതും, ഇവയെല്ലാം ഒത്തുചേർന്ന്, ഒരു ഇന്ത്യൻ നവോത്ഥാനത്തിന്റെ ഉദയം സംഭവിക്കുന്നതും.

നവോത്ഥാനം എന്ന പദമാണ് നമ്മൾ സാധാരണയായി ഉപയോഗിക്കാറുള്ളതെങ്കിലും, വാസ്തവത്തിൽ ഇന്ത്യയിൽ സംഭവിച്ചത്, ജാതി പരിഷ്കരണസംരംഭങ്ങളായിരുന്നു. ജാതിവ്യവസ്ഥക്ക് സൈദ്ധാന്തികമായ സാധൂകരണം നൽകിയത് മതമായിരുന്നതിനാൽ അത്, മതപരിഷ്കരണമെന്ന തലത്തിലേക്കും വ്യാപിക്കുകയുണ്ടായി. ഇന്ത്യൻ നവോത്ഥാനം, മതങ്ങളുടെ അടിസ്ഥാനാശയങ്ങളെ ചോദ്യം ചെയ്തിരുന്നില്ല. എന്നാൽ നമ്മൾ പലപ്പോഴും താരതമ്യം ചെയ്യാറുള്ള യൂറോപ്യൻ നവോത്ഥാനം യുക്തിവാദത്തിലേക്കും ദൈവനിഷേധത്തിലേക്കും വളരുകയുണ്ടായി. ഇന്ത്യയിലാകട്ടെ, മതങ്ങളുടെ തണലിൽ തഴച്ചുപൊന്തിയ ജാതിവ്യവസ്ഥയെ ചോദ്യം ചെയ്യുന്നതിലാണ് ശ്രദ്ധ കേന്ദ്രീകരിക്കപ്പെട്ടത്. ഇന്ത്യൻ നവോത്ഥാനത്തിന്റെ മുഖ്യമായ പ്രവണത, മതജീവിതത്തിലെ നിരവധി ദൂഷ്യങ്ങളെ ചോദ്യംചെയ്യലായിരുന്നു. മതവിശ്വാസത്തിന്റെ പേരിൽ മനുഷ്യരെ ചൂഷണം ചെയ്യുന്നവരുടെ അധികാരത്തെയും സ്വാധീനത്തെയും വെല്ലുവിളിക്കുകയായിരുന്നു റാംമോഹൻ റോയ് ചെയ്തത്. അദ്ദേഹം മതസമ്പ്രദായങ്ങളുടെ 'വഞ്ചകമായ സ്വഭാവ'ത്തെയും തങ്ങളുടെ താൽപ്പര്യസംരക്ഷണാർത്ഥം ചൂഷകർ സൃഷ്ടിച്ചെടുക്കുന്ന അയുക്തികതകളെയും ചൂണ്ടിക്കാട്ടി. അതേസമയം, സാമൂഹികപരിഷ്കാരങ്ങൾക്ക് പാരമ്പര്യത്തിന്റെ അംഗീകാരം ഉണ്ടോ എന്നത് നവോത്ഥാനനായകൻമാർ എല്ലാംതന്നെ ചിന്തിച്ച വിഷയമായിരുന്നു. പാരമ്പര്യം എന്നത് ബ്രാഹ്മണമേധാവിത്വത്തിലധിഷ്ഠിതമായ 'ഏകശിലാരൂപ'മുള്ള ഒന്നല്ല എന്നും മറിച്ച്, ബഹുമുഖമായ ഒന്നാണെന്നും ഉള്ള കാഴ്ചപ്പാട് നവോത്ഥാനത്തിന്റെ പിന്നീടുള്ള ഘട്ടങ്ങളിൽ ഉയർന്നുവന്നു. കീഴ്ജാതിസമൂഹങ്ങളുടെയിടയിലും നവോത്ഥാനപ്രവർത്തനങ്ങൾ എത്തിയതോടെയാണ് ഇത്തരത്തിലുള്ള മാറ്റം ഉണ്ടാകുന്നത്. മഹാരാഷ്ട്രത്തിൽ ജ്യോതിബാഫുലേയും കേരളത്തിൽ നാരായണഗുരുവും തമിഴ്നാട്ടിൽ രാമസ്വാമിനായ്ക്കരും, അതുപോലെതന്നെ അംബേദ്ക്കറും, ബ്രാഹ്മണേതരപാരമ്പര്യത്തെ ഉയർത്തിപ്പിടിച്ചു. 'പാരമ്പര്യം ബഹുത്വത്തിൽ അധിഷ്ഠിതമാണെന്ന കാഴ്ചപ്പാടിന് നവോത്ഥാനം അടിവരയിട്ടു.'

നവോത്ഥാനത്തിന്റെ സ്വഭാവം:

ശ്രീനാരായണഗുരു

ഇന്ത്യയിലെ സാമൂഹ്യനവോത്ഥാനപ്രസ്ഥാനത്തിന് രണ്ടു വശങ്ങളുള്ളതായി കാണാം. ഒന്ന്, ഓരോ ജാതിയും അതിലന്തർലീനമായിരിക്കുന്ന അനാചാരങ്ങൾക്കെതിരെ നടത്തിയ നിരന്തര പോരാട്ടം. മറ്റൊന്ന്, ഈ ജാതികൾ പൊതുവെ ഉയർത്തിക്കൊണ്ടുവന്ന പൗരാവകാശ പ്രസ്ഥാനങ്ങൾ. ആ അവകാശങ്ങൾ അംഗീകരിച്ചു കിട്ടുന്നതിനുവേണ്ടി നടത്തിയിട്ടുള്ള പൊതുസ്വഭാവമുള്ള പ്രക്ഷോഭങ്ങൾ. ഇവ നിലവിലുള്ള സാമൂഹ്യഘടനയിലും ബന്ധങ്ങളിലും മാറ്റം അനിവാര്യമാക്കിത്തീർത്തു. ജന്മി-നാടുവാഴിവ്യവസ്ഥ ചിട്ടപ്പെടുത്തിയ ശ്രേണീബദ്ധമായ ജാതിസമ്പ്രദായത്തിനു വെളിയിൽ പുതിയ വർഗ്ഗങ്ങൾ ഉയർന്നു വരാൻ തുടങ്ങിയത് ജാതിവ്യവസ്ഥയുടെ നിലനിൽപ്പിനെത്തന്നെ ചോദ്യം ചെയ്യാനിടയാക്കി. ഭൂവുടമാ ബന്ധങ്ങളിൽ വന്ന മാറ്റം, നിലവിലുള്ള ഉൽപ്പാദനബന്ധങ്ങളിൽ മാറ്റം അനിവാര്യമാക്കി. ഈ പ്രക്രിയക്ക്, ബ്രിട്ടീഷ് കൊളോണിയൽ വാഴ്ച ഒരു രാസത്വരകമായിത്തീരുകയാണുണ്ടായത്.

ശിവഗിരി മഠം

അന്ന് ഇന്ത്യൻ സമൂഹം, ഹിന്ദുമതത്തിനകത്ത് നിലനിന്നിരുന്ന അന്ധവിശ്വാസങ്ങളിലും അനാചാരങ്ങളിലും, ജാതിവ്യവസ്ഥയുടെ സങ്കീർണ്ണതകൾ തീർത്തുവെച്ച എണ്ണമറ്റ കുടുക്കുകളിലും പെട്ടുഴലുന്ന അവസ്ഥയിലായിരുന്നു; ആ അവസ്ഥയിലാണ് കൊളോണിയൽ ഇടപെടൽ ഇന്ത്യയിലു

ണ്ടാകുന്നത്; 19-ാം നൂറ്റാണ്ടിന്റെ തുടക്കത്തോടെ, ഇന്ത്യക്കുമേൽ രാഷ്ട്രീയാധിപത്യം ഉറപ്പിച്ച ബ്രിട്ടൻ, വ്യാവസായിക മുതലാളിത്തത്തിന്റെയും സാമ്രാജ്യത്വത്തിന്റെയും ഒരു ഉറച്ച പ്രതിനിധിയായിരുന്നു. അത്തരത്തിലുള്ള ഒരു സാമ്രാജ്യശക്തി, ഇന്ത്യയെ കീഴടക്കിയതോടുകൂടി, ഇന്ത്യയെ അനന്തകാലത്തേക്കും ഭരിക്കണമെന്ന തീരുമാനത്തോടുകൂടി, ഇന്ത്യക്കാരുടെ സർവ ചിന്താ-പ്രവർത്തനമേഖലകളിലും നിരന്തരമായ ഇടപെടലുകൾ നടത്തിയതിന്റെ ഫലമായിട്ടായിരുന്നു, ഇന്ത്യൻ ജനത ഉണർന്നത്; ഇന്ത്യയുടെ പുത്തനുണർവിന്റെ പ്രയാണത്തിൽ, പടിഞ്ഞാറുമായുള്ള സമ്പർക്കത്തിന്റെ സ്വാധീനം നിഷേധിക്കാൻ പറ്റാത്തതാണ്. എന്നാൽ അത് ഏത് തരത്തിൽ ആണ് ഫലങ്ങൾ ഉണ്ടാക്കിയതെന്നും ഉണ്ടായ മാറ്റങ്ങളുടെ പിന്നിൽ പ്രവർത്തിച്ച വൈഷണികകണക്കുകൂട്ടലുകൾ എന്തായിരുന്നു എന്നും ഒക്കെത്തന്നെ ചിന്താവിഷയങ്ങളാണ്.

19-ാം നൂറ്റാണ്ടിൽ ഉണ്ടായ മറ്റൊരു പ്രധാന സാഹചര്യം എന്ന് പറയുന്നത് ഓറിയന്റലിസ്റ്റുകളുടെ പ്രവർത്തനമാണ്; ഇന്ത്യയുടെ ഭൂതകാലത്തെ, നൂറ്റാണ്ടുകൾ പഴക്കമുള്ള, ചരിത്ര-സാംസ്കാരിക പാരമ്പര്യത്തെ വെളിച്ചത്തു കൊണ്ടുവന്നത് ഓറിയന്റലിസ്റ്റുകളുടെ പ്രവർത്തനമാണ് - ഇന്ത്യയുടെ ഭൂതകാലത്തെ 'വീണ്ടും കണ്ടെത്തിയത്' അവരാണ്; അതേ സമയം, ക്രൈസ്തവ മിഷണറിമാരുടെ ഊർജ്ജസ്വലമായ മതപ്രചാരപ്രവർത്തനങ്ങളും ഇന്ത്യാക്കാരിൽ കുറേപ്പേരെയെങ്കിലും ചിന്തിപ്പിക്കാൻ സഹായകമായി; 19-ാം നൂറ്റാണ്ടിൽത്തന്നെ, ഇന്ത്യയുടെ നാനാഭാഗങ്ങളിലും ഉണ്ടായ സൃഷ്ട്യുന്മുഖമായ സാഹിത്യ പ്രവർത്തനവും ചിന്തോദ്ദീപകമായ ഒരു സാഹചര്യമായിരുന്നു.

മെക്കാളെ പ്രഭു

ഈ സാഹചര്യങ്ങളുടെ ഫലമായി, പല വിധത്തിലുള്ള പരിഷ്കരണങ്ങൾ ഇന്ത്യയിലുണ്ടായി. 19-ാം നൂറ്റാണ്ടിന്റെ രണ്ടു പകുതികളിലുമായുണ്ടായ സാമൂഹ്യ പരിഷ്കരണ പ്രവർത്തനങ്ങൾ, നിയമനിർമ്മാണത്തിലൂടെ കൊളോണിയൽ ഗവൺമെന്റ് നടപ്പാക്കാൻ ശ്രമിച്ച പരിഷ്കരണം, ഒരു മാറ്റത്തിന്റെ ചിഹ്നമായി ഉണ്ടായ പരിഷ്കരണം - ഇങ്ങനെ പല തരത്തിൽ.

സാമൂഹ്യപരിഷ്കരണ പ്രസ്ഥാനങ്ങൾതന്നെ ഒട്ടേറെയുണ്ടായല്ലോ ഈ കാലഘട്ടത്തിൽ; ഇവയുടെ നേതൃസ്ഥാനത്തേക്ക് വന്നവർ ആരായിരുന്നു? ഇംഗ്ലീഷ് വിദ്യാഭ്യാസം സിദ്ധിച്ച ഒരു വളരെ ചെറിയ ന്യൂനപക്ഷം. 1836-ലെ മെക്കാളെ പ്രഭുവിന്റെ വിദ്യാഭ്യാസ നയപ്രഖ്യാപനത്തോടെ, ഇംഗ്ലീഷ് വിദ്യാഭ്യാസം പ്രചരിച്ചുവെങ്കിലും, 20-ാം നൂറ്റാണ്ടിന്റെ തുടക്കത്തിൽപ്പോലും, വളരെ കുറച്ചു പേർക്കു മാത്രമേ ഇംഗ്ലീഷ് വിദ്യാഭ്യാസം സിദ്ധിച്ചിരുന്നുള്ളൂ. ഇത്തരത്തിൽ, ഇംഗ്ലീഷ് വിദ്യാഭ്യാസം നേടിയ, എണ്ണത്തിൽ വളരെക്കുറച്ചു മാത്രം വന്നിരുന്ന ഒരു കൂട്ടർ, വിവിധ സാമൂഹിക-മതപരിഷ്കരണ പ്രസ്ഥാനങ്ങൾക്ക് തുടക്കക്കാരായി. കൊളോണിയൽ ഇടപെടലുകൾ ഇവരിൽ ഉയർത്തിയ വെല്ലുവിളികളോടുള്ള പ്രതികരണമായിട്ടാണ്, അക്കാലത്തെ സാമൂഹ്യപരിഷ്കരണപ്രസ്ഥാനങ്ങളെ കാണേണ്ടത്. ഈ വെല്ലുവിളികളുടെ സ്വഭാവമെന്തായിരുന്നു? അവയോടുള്ള വിദ്യാസമ്പന്നരായ ഒരു കൂട്ടം ഇന്ത്യാക്കാരുടെ പ്രതികരണം ഏതു വിധത്തിലായിരുന്നു? ആ അവസരത്തിൽ അവർ നടത്തിയ പ്രവർത്തനങ്ങളുടെ ലക്ഷ്യങ്ങൾ എന്തൊക്കെയായിരുന്നു?

പടിഞ്ഞാറിന്റെ കീഴടക്കൽ, ഇന്ത്യൻ സമൂഹത്തിലുണ്ടായിരുന്ന ദൗർബല്യങ്ങളെയും തകർച്ചയെയും തുറന്നു കാണിച്ചു. ധിഷണാശാലികളായ ഒരു കൂട്ടം ഇന്ത്യക്കാർ, തങ്ങളുടെ നാട്ടിലെ സമൂഹത്തിന്റെ അവസ്ഥയെ സൂക്ഷ്മമായി വിശകലനം ചെയ്യാൻ തുടങ്ങി. പാശ്ചാത്യ ചിന്താധാരകളുമായി നിരന്തരസമ്പർക്കമുണ്ടായപ്പോൾ, ഇന്ത്യൻ സമൂഹത്തിലെ, നൂറ്റാണ്ടുകൾ പഴക്കമുള്ള, വ്യവസ്ഥാപിത ആശയങ്ങളുടെയും വിശ്വാസങ്ങളുടെയും, ദൗർബല്യങ്ങളും ദൂഷ്യങ്ങളും തുറന്നുകാട്ടപ്പെട്ടു. കൊളോണിയൽ ഇടപെടൽകാരണമുണ്ടായ അവസ്ഥയെ നേരിടാൻ പാരമ്പര്യവ്യവസ്ഥകൾക്ക് കെൽപ്പില്ല എന്ന് ചിന്താശക്തിയുള്ള ഇന്ത്യക്കാർക്ക് മനസ്സിലായി. അന്ന് ജീവിച്ചിരുന്ന ഒട്ടുമിക്ക ധിഷണശാലികളും, ഒരു കാര്യം ഉറപ്പായും വിശ്വസിച്ചിരുന്നു; അതായത്, അന്ന് ഇന്ത്യൻ സമൂഹത്തിൽ നിലനിന്നിരുന്ന മതവിശ്വാസങ്ങളും ആചാരാനുഷ്ഠാനങ്ങളും രാജ്യപുരോഗതിക്ക് വിഘാതങ്ങളാണെന്ന്. റാം മോഹൻ റോയ് തന്നെ എഴുതി, ഹിന്ദുക്കൾ ഇന്ന് ആചരിക്കുന്ന തരത്തിലുള്ള മതവ്യവസ്ഥ അവരുടെ രാഷ്ട്രീയ താൽപ്പര്യങ്ങളെ ഒരുതരത്തിലും മുന്നോട്ടു കൊണ്ടുപോകുന്ന രീതിയിലുള്ളതല്ല' എന്ന്.

ഇന്ത്യയിലെ പരമ്പരാഗത വ്യവസ്ഥയുടെ ആശയപരമായ അടിത്തറതന്നെ ഇളക്കി പ്രതിഷ്ഠിക്കണമെന്ന ഒരു മനോഭാവം കൊളോണിയൽ ഇന്ത്യയിൽ ധൈഷണികതലത്തിൽ ഉണ്ടായ മാറ്റങ്ങൾക്ക് ഒരു പ്രധാന പ്രേരകവസ്തുതയാണ്; അതേ സമയം, അതിശക്തമായ, സർവ പ്രവർത്തന-ചിന്താ മണ്ഡലങ്ങളിലും കടന്നാക്രമണം നടത്തുന്ന, ഇന്ത്യയുടെ ഭാവത്തെയും രൂപത്തെയും അന്തഃസത്തയെത്തന്നെയും മാറ്റിമറിക്കാൻ ശ്രമിക്കുന്ന, കൊളോണിയൽ അധിനിവേശത്തിനെതിരെയുള്ള ഒരു സംഘർഷവുംകൂടി ഒപ്പംതന്നെ സംഭവിക്കുകയായിരുന്നു.

കൊളോണിയൽ ഭരണം ഇന്ത്യയുടെ പാരമ്പര്യത്തെത്തന്നെ തകർക്കാൻ ഒരുമ്പെട്ടു. ഈ അവസ്ഥയിൽ, ഇന്ത്യൻ സമൂഹത്തിൽ മാറ്റങ്ങളുണ്ടാകണം എന്ന് ആഗ്രഹിച്ച ഒരു കൂട്ടം ഇന്ത്യക്കാർ അവരുടെ പരിശ്രമങ്ങൾ തുടർന്നു; അവരുടെ ലക്ഷ്യം, സാമൂഹികനവോത്ഥാനമായിരുന്നു.

ഇന്ത്യയുടെ കോളനീകരണം - ഒരു യുദ്ധമുഖം

ഇപ്രകാരം മുന്നോട്ടുവന്ന ഇന്ത്യാക്കാർ കുറേപ്പേർ, പ്രവർത്തനനിരതരായപ്പോൾ മാറ്റങ്ങൾ ഉണ്ടായി; ഇന്ത്യയുടെ ഭാവിയെപ്പറ്റി ഇവർക്കെല്ലാം എന്തൊക്കെയോ കാഴ്ചപ്പാടുകൾ ഉണ്ടായിരുന്നിരിക്കാം; ഏതായാലും, കോളണിഭരണത്തിന്റെ ഫലമായി ഇന്ത്യയുടെ സാമൂഹിക, സാമ്പത്തിക, രാഷ്ട്രീയ മേഖലകളിൽ ഉണ്ടായിക്കൊണ്ടിരുന്ന സംഭവവികാസങ്ങളെ അവർ യാഥാർത്ഥ്യ ബുദ്ധിയോടെ മനസ്സിലാക്കിയിരുന്നിരിക്കാം. അതിനാൽത്തന്നെ, വ്യത്യസ്തമായ രീതികളിൽക്കൂടി, അവരെല്ലാം, ഇന്ത്യയുടെ ഉന്നമനത്തിനായി ആത്മാർത്ഥമായ ശ്രമം നടത്തി. പടിഞ്ഞാറിന്റെ കടന്നാക്രമണങ്ങളെ ചെറുക്കുക, അതിന് ഇന്ത്യൻ സമൂഹത്തെ സന്നദ്ധമാക്കുക, അതിനുവേണ്ടി ഇന്ത്യയെ മാറ്റിയെടുക്കുക ഇവയായിരുന്നു അവരുടെ പ്രവർത്തനങ്ങളുടെ പിന്നിൽ ഉണ്ടായിരുന്ന ലക്ഷ്യം.

ജെയിംസ് മിൽ

ഇത്തരത്തിൽ സമൂഹത്തിൽ, പ്രത്യേകിച്ചും ഹൈന്ദവസമൂഹത്തിൽ, അന്ന് നിലനിന്നിരുന്ന ഓരോരോ അനാചാരങ്ങളേയും അത്യാചാരങ്ങ

ളേയും അവർ എതിർത്തു. വിദ്യയാണ് വെളിച്ചം എന്നറിഞ്ഞ് വിദ്യാഭ്യാസത്തെ അങ്ങേയറ്റം പ്രോത്സാഹിപ്പിച്ചു; സ്ത്രീകളുടെ ഉന്നമനം സമൂഹത്തിന്റെയും ഉന്നമനമാണെന്ന് മനസ്സിലാക്കി സ്ത്രീവിദ്യാഭ്യാസത്തിനുവേണ്ടി വാദിച്ചു; ജാതി ഉച്ചനീചത്വങ്ങൾ മനുഷ്യരെ തമ്മിൽ അകറ്റി നിർത്തുന്നുവെന്നും അക്കാരണത്താൽത്തന്നെ, ഏകതാ മനോഭാവം ഇന്ത്യക്കാരിൽ ഇല്ലെന്നും അത് രാജ്യത്തിന്റെ ഐക്യത്തിനും ശക്തിക്കും വിഘാതമാണെന്നും മനസ്സിലാക്കി ജാതിവ്യവസ്ഥയിലെ ഓരോരോ അന്ധവിശ്വാസങ്ങൾക്കുമെതിരെ പടവാളെടുക്കുകയും ചെയ്തു.

യുറോപ്യൻ ആശയങ്ങളും ഭരണരീതികളും എല്ലാം നടപ്പിൽ വരുത്തിയതിന്റെ ഫലമായാണ് 19-ാം നൂറ്റാണ്ടിൽ ഇന്ത്യയിൽ സാമൂഹിക-മതതലങ്ങളിൽ വമ്പിച്ച മാറ്റങ്ങളുണ്ടായത് എന്നായിരുന്നു സാമ്രാജ്യത്വ ചരിത്രകാരന്മാരിൽ മുഖ്യനായിരുന്ന ജയിംസ് മിൽ ഉറച്ചു പ്രഖ്യാപിച്ചത്. കൊളോണിയൽ ഭരണ-ചരിത്രകാരന്മാർക്ക് ഈയൊരു നിലപാട് സഹായകവുമായിരുന്നു; ഇന്ത്യക്കാരെ മുഴുവൻ സംസ്കാര സമ്പന്നരാക്കിത്തീർക്കുക എന്ന ദൈവികദൗത്യം നിർവഹിക്കുന്നവരാണ് ബ്രിട്ടീഷുകാർ എന്നും പാശ്ചാത്യ സംസ്കാരത്തിന്റെ എണ്ണമറ്റ ഗുണവിശേഷങ്ങൾ ഇന്ത്യക്കാർക്ക് അങ്ങനെ അവർ നൽകിയെന്നും വരുത്തിത്തീർക്കുകയായിരുന്നു അവരുടെ ലക്ഷ്യം. കൊളോണിയൽ ഇന്ത്യയിൽ സംഭവിച്ച എല്ലാ തരത്തിലുമുള്ള പരിഷ്കരണപ്രസ്ഥാനങ്ങൾക്കും ദേശീയതയുടെ വളർച്ചയ്ക്കുമെല്ലാം പിന്നിൽ പാശ്ചാത്യ വിദ്യാഭ്യാസമാണെന്നും കോളനിഭരണത്തിനു തൊട്ടുമുൻപത്തെ നൂറ്റാണ്ട് ഇന്ത്യയുടെ ചരിത്രത്തിലെ ഒരു ഇരുണ്ട കാലഘട്ടമാണെന്നുമുള്ള ബ്രിട്ടീഷ് ചരിത്രകാരന്മാരുടെ വാദങ്ങളെ ചുരുക്കം ചില ഇന്ത്യൻ ചരിത്രകാരന്മാരും നിഷേധിച്ചിരുന്നില്ല. ഇന്ത്യയുടെ സാംസ്കാരിക ജീവിതത്തിന് മിഷനറിമാരുടെ ഉദാത്തമായ സംഭാവനയായിപ്പോലും, ആ കാലഘട്ടത്തിലെ സാമൂഹിക-മതപരിഷ്കരണ പ്രസ്ഥാനങ്ങളെ കണ്ടവരുണ്ട്. പാശ്ചാത്യ വിദ്യാഭ്യാസത്തിന്റെ പ്രാധാന്യത്തെ തള്ളിക്കളയാതെതന്നെ, 18-ാം നൂറ്റാണ്ടിൽ കൊളോണിയൽ ഭരണത്തിന്റെ തുടക്കത്തിനു മുൻപുതന്നെ, ഇന്ത്യയിൽ സാമൂഹികതലത്തിലും ധൈഷണികതലത്തിലുമൊക്കെത്തന്നെ വലിയ മാറ്റങ്ങൾക്ക് തുടക്കം കുറിക്കുന്ന തരത്തിലുള്ള ചലനങ്ങൾ ഉണ്ടായിട്ടുണ്ട് എന്ന് ചരിത്രകാരന്മാർ ചൂണ്ടിക്കാണിക്കുന്നു. കൊളോണിയൽ ഇടപെടലുണ്ടാകുന്നതിനു മുൻപുതന്നെ, 'പ്രതിഷേധത്തിന്റെയും അമർഷത്തിന്റെയും' സ്വരം ഇന്ത്യയുടെ ധൈഷണികമേഖലയിലുണ്ടായിട്ടുണ്ടെന്നും ഇവർ വാദിക്കുന്നു. ഈ പ്രസ്ഥാനങ്ങളെ നയിച്ചിരുന്നവർ ആരുംതന്നെ പാശ്ചാത്യസംസ്കാരമോ വിദ്യാഭ്യാസമോ ഉൾക്കൊണ്ടവരായിരുന്നില്ല. പതിനെട്ടാം നൂറ്റാണ്ടിൽ ഹിന്ദുമതത്തിന്റെ സ്ഥിതിയും ജാതിവ്യവസ്ഥയുടെ ഘടനയിലും രൂപത്തിലും വന്ന മാറ്റങ്ങളും വിശകലനം ചെയ്തുകൊണ്ട്, ഇന്ത്യയു

ടെ ഒട്ടുമിക്ക ഭാഗങ്ങളിലും, ജാതിവ്യവസ്ഥയിലെ എണ്ണമറ്റ ആചാരങ്ങളെയും വിശ്വാസങ്ങളെയും ചോദ്യം ചെയ്ത ഒട്ടേറെ, വിമതവിഭാഗങ്ങൾ ഉയർന്നു വന്നതിന്റെ തെളിവുകൾ നിരത്തപ്പെട്ടിട്ടുണ്ട്. ബിംബാരാധനയും ജാതിവ്യവസ്ഥയിലെ ഉച്ചനീചത്വങ്ങളും നിശിതവിമർശനത്തിന് വിധേയമായിരുന്നു; മനുഷ്യരെല്ലാം ഒന്നാണെന്ന തത്ത്വം ഉദ്ഘോഷിക്കപ്പെട്ടിരുന്നു; വിവിധ ഭാഗങ്ങളിൽ നിന്നുയർന്നുവന്ന ഈ പ്രതിഷേധസ്വരങ്ങളെ തീർത്തും തള്ളിക്കളയാനാവില്ല. അവ, വിജയിച്ചുവോ പരാജയപ്പെട്ടുവോ എന്നതിനേക്കാളേറെ, രാജ്യത്ത് വിദേശസ്വാധീനമില്ലാതെതന്നെ പരിഷ്കരണ പ്രസ്ഥാനങ്ങൾ ഉയർന്നു വന്നിരുന്നു എന്നതിന്റെ തെളിവുകളാണ്.

3

നവോത്ഥാനത്തിന്റെ ഒന്നാംഘട്ടം

പതിനെട്ടാം നൂറ്റാണ്ടിൽ കൊളോണിയൽ ഭരണത്തിന്റെ തുടക്കത്തിന് മുമ്പുണ്ടായ മത-സാമൂഹിക, നവീകരണ ശ്രമങ്ങളാണ് ഇന്ത്യൻ നവോത്ഥാനത്തിന്റെ ആദ്യഘട്ടമായി കണക്കാക്കപ്പെടുന്നത്.

1. മുസ്ലിങ്ങളുടെ ഇടയിൽ

മുഗൾസാമ്രാജ്യത്തിന്റെ തകർച്ചയോടെ, ഇന്ത്യൻ മുസ്ലിങ്ങൾ വിദ്യാഭ്യാസപരമായും സാമ്പത്തികമായും സാംസ്കാരികമായും ഒരു അധഃപതനാവസ്ഥയിലേക്ക് നീങ്ങി. 19-ാം നൂറ്റാണ്ടിൽ ഉയർന്നുവന്ന അലിഗഢ് പ്രസ്ഥാനത്തിനും വളരെമുമ്പ് തന്നെ, ഇന്ത്യൻ മുസ്ലിങ്ങളെ അവരുടെ തകർച്ചയിൽനിന്നും കരകയറ്റണമെന്ന ലക്ഷ്യത്തോടെ ചില നവീകരണപ്രസ്ഥാനങ്ങൾ വടക്കേ ഇന്ത്യയിൽ ഉദയംചെയ്തു.

വലിഉള്ളാ പ്രസ്ഥാനം- ഡൽഹിയിൽ 1703-63 കാലത്ത് ജീവിച്ചിരുന്ന ഷാവലി ഉള്ളാ, മുസ്ലിങ്ങളുടെ ഇടയിൽ ഒരു നവോത്ഥാനത്തിന്റെ തുടക്കം കുറിച്ച വ്യക്തിയാണ്. മുസ്ലിം സമുദായം ജീർണ്ണാവസ്ഥയിൽനിന്നും കരകയറണമെങ്കിൽ അവർ ഇസ്ലാംമതത്തിന്റെ യഥാർത്ഥ പൊരുളുകൾ അറിയണമെന്നും, അവർക്കിടയിൽത്തന്നെ ഉണ്ടായിട്ടുള്ള വിഭാഗീയ ചിന്തകളെ ഉപേക്ഷിക്കണമെന്നും സാമുദായിക ഐക്യം സുദൃഢമായാൽ മാത്രമേ ഇസ്ലാമിനെ രാഷ്ട്രീയവും ആത്മീയവുമായ, അർഹതപ്പെട്ട തലത്തിലേക്ക് ഉയർത്താൻ സാധിക്കൂ എന്നും അദ്ദേഹം ഉദ്ഘോഷിച്ചു. *ഖുറാൻ* പേർഷ്യൻഭാഷയിലേക്ക് തർജ്ജുമ ചെയ്തു. വലിഉള്ളായ്ക്ക് ഒരു കൂട്ടം അനുയായികൾ ഉണ്ടായി. ഡൽഹിയിൽ ഒരു

ബങ്കിം ചന്ദ്ര ചാറ്റർജി

കൂട്ടം പണ്ഡിതൻമാർ വലിഉള്ളായുടെ വാക്കുകളിൽ ആകൃഷ്ടരായി. ഇതിൽനിന്നും സ്വാധീനമുൾക്കൊണ്ട് ബംഗാളിൽ ഫരൈസി (മുസ്ലിങ്ങളുടെ കടമകൾ) പ്രസ്ഥാനം ഉയർന്നുവന്നു. ഇതിന്റെ സ്ഥാപകൻ ഷരിയത്ത് ഉള്ളാ ആയിരുന്നു. മുസ്ലിങ്ങൾ തെറ്റായ വിശ്വാസങ്ങളും പെരുമാറ്റച്ചട്ടങ്ങളും അർത്ഥശൂന്യമായ ചടങ്ങുകളും വച്ചുപുലർത്തുന്നതിനെ ഷരിയത്തുള്ളാ എതിർത്തു. ബഹുദൈവാരാധനയും, ഒട്ടേറെ ആചാരാനുഷ്ഠാനങ്ങളുമുള്ള ഹിന്ദുമതത്തിന്റെ സ്വാധീനം ഇതിന് ഒരു കാരണമാണെന്ന് അദ്ദേഹവും ഫരൈസികൾ എന്ന പേരിലറിയപ്പെട്ട അദ്ദേഹത്തിന്റെ അനുയായികളും പറഞ്ഞു. ഇസ്ലാമിനെ അതിന്റെ പൂർണ്ണ പരിശുദ്ധിയിലേക്ക് തിരിച്ചുകൊണ്ടുവരിക എന്നതായിരുന്നു ഫരൈസികളുടെ ലക്ഷ്യം. കിഴക്കൻ ബംഗാളിലെ നിരക്ഷരരും പാവപ്പെട്ടവരുമായ കർഷകരും കൈവേലക്കാരുമായി ഒരു വലിയകൂട്ടം ജനതയെ ആകർഷിക്കുവാൻ ഫരൈസികൾക്ക് സാധിച്ചു. ആ മേഖലയിൽ ഭൂരിപക്ഷം ഭൂവുടമകളും ഹിന്ദുക്കളായതും കുടിയാൻമാർ മുസ്ലിങ്ങളായതും ഈ പ്രസ്ഥാനത്തിന് സാമുദായിക നിറംകൊടുത്തു.

ഷരിയത്തുള്ളയുടെ മകൻ ഡുഡുമിയാൻ ഫരൈസികളുടെ പ്രവർത്തനം മുന്നോട്ടു കൊണ്ടുപോയി. ഭൂമി മുഴുവൻ ദൈവത്തിന്റേതാണെന്ന് പ്രഖ്യാപിച്ചുകൊണ്ട് ഇൻഡിഗോ തോട്ടമുടമകൾക്ക് എതിരെ അദ്ദേഹം പ്രവർത്തനം സംഘടിപ്പിച്ചു. 1864-ൽ മിയാന്റെ മരണശേഷം മെല്ലെ മെല്ലെ ഫരൈസികൾ ഇസ്ലാംമത ശുദ്ധീകരണപ്രവർത്തനത്തിലേക്ക് മാത്രമായി തിരിഞ്ഞു.

വലിഉള്ളായുടെ ആശയങ്ങളെ സ്വീകരിച്ച് ഇസ്ലാംമത ശുദ്ധീകരണ പ്രവർത്തനം നടത്തിയ മറ്റൊരു വ്യക്തിയായിരുന്നു സയ്യിദ് അഹമ്മദ്ഖാൻ. 1786-ൽ ഉത്തർപ്രദേശിലെ റായ്ബറേലിയിലായിരുന്നു ഇദ്ദേഹത്തിന്റെ ജനനം. അർത്ഥശൂന്യമായ ആചാരങ്ങൾ ഉപേക്ഷിക്കണമെന്നും ബഹുദൈവാരാധനയോ ബിംബാരാധനയോ സ്വീകരിക്കരുതെന്നും അദ്ദേഹം പ്രഖ്യാപിച്ചു.

ബംഗാളിലും ഉത്തർപ്രദേശിലുമായി ഗ്രാമീണ മുസ്ലിങ്ങളുടെ ഇടയിൽ ഉയർന്നുവന്ന ഈ നവോത്ഥാനപ്രവർത്തനങ്ങൾ പാശ്ചാത്യ സംസ്കാരത്തിന്റെ യാതൊരു സ്വാധീനവുമില്ലാതെ വന്നവയായിരുന്നു. അ

തേസമയം ബംഗാളിലെ ഹിന്ദുക്കളുടെ ഇടയിൽ ഉണ്ടായ പ്രവർത്തനങ്ങൾ ഉയർന്ന ജാതിക്കാരും നഗരവാസികളും ആയ അഭ്യസ്തവിദ്യരുടെ നേതൃത്വത്തിൽ ആണ് സംഭവിച്ചത്. ചുരുക്കംചില സന്ദർഭങ്ങളിൽ ഈ പ്രവർത്തനങ്ങൾ സാമുദായികസംഘർഷങ്ങൾ സൃഷ്ടിക്കുകയും അതുവഴി മതങ്ങൾക്കിടയിലുള്ള വിള്ളലുകൾ കൂട്ടുകയും സാമുദായികമായി വേർതിരിവുണ്ടാക്കുകയും ചെയ്തു. എങ്കിൽപ്പോലും, മുഖ്യമായും സാമൂഹിക-മത പരിഷ്കരണ പ്രവർത്തനങ്ങൾ എല്ലാംതന്നെ ഇക്കാലഘട്ടത്തിൽ അതത് മതസമുദായക്കാരുടെ ആന്തരികമായ ആർജ്ജവത്തിൽ നിന്നുണ്ടായവയാണ്.

ദിയോബന്ദ് സ്കൂൾ

പരമ്പരാഗത ഇസ്ലാമികവിജ്ഞാനത്തിന്റെ വക്താക്കളെന്ന് കരുതപ്പെട്ടിരുന്ന യാഥാസ്ഥിതികരായ ഒരു കൂട്ടം മുസ്ലിം പണ്ഡിതൻമാർ തുടങ്ങിവച്ച പ്രസ്ഥാനമാണ് ഇത്. 1866-ൽ ഉത്തർപ്രദേശിലെ സഹരൻപൂർ ജില്ലയിൽ ദിയോബന്ദിലായിരുന്നു ഇതിന്റെ തുടക്കം. അവരുടെ ലക്ഷ്യവും ഇസ്ലാംമതത്തിന്റെ ഉദ്ധാരണമായിരുന്നു. *ഖുറാനി*ലെയും *ഹദിതി*ലെയും തത്ത്വങ്ങൾ അതേപടി മുസ്ലിങ്ങളുടെയിടയിൽ പ്രചരിപ്പിക്കുക, അവരുടെ ലക്ഷ്യമായിരുന്നു. ഹിന്ദു-ക്രിസ്ത്യൻ പണ്ഡിതൻമാരുമായി അവർ സംവാദങ്ങളിലേർപ്പെട്ട് മതപഠനം ലക്ഷ്യമാക്കി വടക്കെ ഇന്ത്യയിൽ പരക്കെ സ്കൂളുകളും കോളേജുകളും സ്ഥാപിച്ചു. പാഠ്യപദ്ധതിയും സ്ഥാപനങ്ങൾക്കായി പ്രത്യേക ഭരണസംവിധാനവും അവർ ഏർപ്പെടുത്തി. ദിയോബന്ദികൾ ഉത്തരേന്ത്യയിൽ അവരുടെ വിദ്യാഭ്യാസ പ്രവർത്തനങ്ങൾവഴി ആദരവ് പിടിച്ചുപറ്റി.

സിക്കുകാർ

കൊളോണിയൽ ഇടപെടലുകൾക്ക് മുമ്പുതന്നെ, പഞ്ചാബിൽ സിക്കുകാരുടെയിടയിൽ ഉയർന്നുവന്ന ഒരു മതനവീകരണപ്രസ്ഥാനമായിരുന്നു നിരാങ്കാരി. ബാബാദയാൽദാസ് (1783–1855) ആയിരുന്നു ഇതിന്റെ തുടക്കക്കാരൻ. സിക്കുമതം ജീർണ്ണതപ്പെട്ടുവെന്നും അതിൽ അബദ്ധജടിലമായ തത്ത്വങ്ങളും അന്ധവിശ്വാസങ്ങളും കടന്നുകൂടിയിരിക്കുന്നുവെന്നും വിശ്വസിച്ച ദയാൽദാസ്, അരൂപനായ (നിരാങ്കാരി) ദൈവത്തിൽ വിശ്വസിക്കുവാനും ബിംബാരാധനയെയും അതിനോട് ചേർന്നുണ്ടായ മതാനുഷ്ഠാനങ്ങളെയും അവ നടത്തുന്ന ബ്രാഹ്മണപുരോഹിതരേയും വേണ്ടെന്നുവയ്ക്കണമെന്ന് സിക്കുകാരോട് ആഹ്വാനം ചെയ്തു. ഇവിടെയും മതത്തിന്റെ മൗലികസ്വഭാവത്തെ ഇളക്കംതട്ടാതെ സൂക്ഷിക്കുക എന്നതായിരുന്നു ലക്ഷ്യം. കാരണം ഗുരുനാനാക്ക് സ്ഥാപിച്ച സിക്കുമതം, അതിന്റെ യഥാർത്ഥ ലാളിത്യത്തിലേക്ക് തിരിച്ചുപോകണം എന്നായിരുന്നു നിരാങ്കാരികൾ ആഗ്രഹിച്ചിരുന്നത്. ഇവരുടെ പ്രവർത്തനം 1940 കൾ വരെയും തുടർന്നുപോന്നിരുന്നു. ഹിന്ദുക്കളിൽ

നിന്നും ഹിന്ദുമതത്തിൽനിന്നും വ്യക്തമായും വേർതിരിഞ്ഞ്, സിക്കുകാരുടെയിടയിൽത്തന്നെയും ഒരു പ്രത്യേക വിഭാഗം ഉണ്ടാകാൻ നിരാങ്കാരികളുടെ പ്രവർത്തനം കാരണമായി.

സിക്കുകാരുടെയിടയിൽ പത്തൊമ്പതാം നൂറ്റാണ്ടിൽ ഉണ്ടായ മറ്റൊരു മതനവീകരണ-ശുദ്ധീകരണപ്രസ്ഥാനമായിരുന്നു നാംധാരി. ബാബാരാംസിങ്ങ് (1816–1885) ആയിരുന്നു ഇതിന്റെ മുഖ്യപ്രവർത്തകൻ. ശുദ്ധീകരിക്കപ്പെട്ട സിക്കുമതം തന്നെയായിരുന്നു ഇവരുടെയും ലക്ഷ്യം. ദേവീദേവൻമാരെയും വിഗ്രഹങ്ങളെയും സമാധിസ്ഥലങ്ങളെയും ആരാധിക്കരുതെന്നും സന്യാസിമാരും ബ്രാഹ്മണപുരോഹിതരും ഗുരുദ്വാരകളിലെ പൂജാരിമാരും നടത്തുന്ന മതചടങ്ങുകൾ ഒന്നുംതന്നെ സ്വീകാര്യമല്ലെന്നും മദ്യപാനം, മോഷണം, മായംചേർക്കൽ, മാംസാഹാരം എന്നിവയൊക്കെ വർജ്ജിക്കണമെന്നും നാംധാരികൾ നിഷ്കർഷിച്ചു. വിധവകൾക്ക് പുനർവിവാഹം ചെയ്യാമെന്നും സ്ത്രീധനം നിഷിദ്ധമാണെന്നും ബാലവിവാഹം നടത്തരുതെന്നും അവർ പ്രഖ്യാപിച്ചു.

ഇത്തരത്തിലുള്ള തത്ത്വങ്ങൾ പ്രചരിപ്പിച്ച രാംസിങ്ങിന് കർഷകരുടെയും അയിത്തജാതിക്കാരുടെയും വലിയ പിന്തുണ ലഭിച്ചു. ശക്തമായ മിഷനറിപ്രവർത്തനവും സംഘടനാപാടവവും കാണിച്ച നാംധാരികൾ എണ്ണത്തിൽ കൂടിക്കൂടി വന്നു. 40,000ത്തോളം അനുയായികൾ അവർക്കുണ്ടായി. ഇവരുടെ വളർന്നുവന്ന ശക്തിയിൽ ഭയംപൂണ്ട ബ്രിട്ടീഷിന്ത്യാഗവൺമെന്റ് ശിക്ഷണനടപടികൾ കൈക്കൊണ്ടു. രാംസിങ്ങ് നാടുകടത്തപ്പെട്ട് 1885-ൽ ബർമ്മയിൽവെച്ച് മരിച്ചു.

നിരാങ്കാരി-നാംധാരി പ്രസ്ഥാനങ്ങൾ ഒന്നുംതന്നെ, മാറിവന്ന കൊളോണിയൽ സാഹചര്യങ്ങളോട് പൊരുത്തപ്പെട്ട് പോകുന്നവയായിരുന്നില്ല. അതിനാൽ അവയൊന്നും അധികകാലം നിലനിന്നില്ല.

സ്വാമിനാരായണസമ്പ്രദായ

ഗുജറാത്തിൽ ഹിന്ദുമതക്കാരുടെ ഇടയിൽ പത്തൊമ്പതാം നൂറ്റാണ്ടിന്റെ ആദ്യപകുതിയിൽ പ്രത്യക്ഷപ്പെട്ട ഒരു മതനവീകരണ പ്രസ്ഥാനമായിരുന്നു ഇത്. ഇതിന്റെ സ്ഥാപകൻ സഹജാനന്ദസ്വാമി എന്ന് സ്വയം വിളിച്ച ഒരു ഗുജറാത്തി ബ്രാഹ്മണനായിരുന്നു (1781–1830). വളരെ ശ്രദ്ധേയമായ ചില നിലപാടുകൾ സ്വാമിനാരായണ സമ്പ്രദായക്കാർക്കും ഉണ്ടായിരുന്നു. വിധവാപുനർവിവാഹത്തിൻമേലുള്ള നിരോധനം എടുത്തുകളയുക, 'സതി' നിർത്തൽ ചെയ്യുക, പെൺശിശുഹത്യ നിരോധിക്കുക എന്നിവയായിരുന്നു അത്.

സത്നാമികൾ

ചത്തീസ്ഗഢിലെ അയിത്തജാതിക്കാരായി കരുതപ്പെട്ടിരുന്ന ചമാർ വർഗ്ഗത്തിൽ ബിലാസ്പൂരിൽ ജനിച്ച ഖാസിദാസ് ആയിരുന്നു ഈ പ്രസ്ഥാനം തുടങ്ങിവെച്ചത്. 1820-കളിൽ ഉയർന്നുവന്ന ഒരു മത-

സാമൂഹിക-നവീകരണ ശ്രമമായിരുന്നു ഇത്. ബിംബാരാധന വെടിയുക, മനുഷ്യരെല്ലാം സമന്മാരാണ്, ജാതിവ്യവസ്ഥയിൽ അർത്ഥമില്ല, മാംസാഹാരം വർജ്ജിക്കുക ഇതൊക്കെയായിരുന്നു സത്നാമികൾ ഉദ്ഘോഷിച്ച ആശയങ്ങൾ. 'സത്നാം' എന്നപേര് വന്നത്, സത്യമായ ദൈവം എന്ന അർത്ഥത്തിലായിരുന്നു.

ഖാസിദാസിനുശേഷം അദ്ദേഹത്തിന്റെ മകൻ ബാലക്ദാസ്, പിതാവിന്റെ പ്രവർത്തനങ്ങൾ തുടർന്നു. വിപ്ലവകരമായ ചില പ്രവൃത്തികൾ അദ്ദേഹം ചെയ്തു. അന്ന് ഉയർന്ന ജാതിക്കാർക്ക് മാത്രം വിധിച്ചിരുന്ന പൂണൂൽ അദ്ദേഹം ധരിച്ചു. സവർണ്ണർ അത്യന്തം രോഷാകുലരായി. ബാലക്ദാസ് വധിക്കപ്പെട്ടു. ഇത്, കടുത്ത സാമൂഹ്യപ്രതിഷേധങ്ങൾക്ക് വഴിവെച്ചു. സത്നാമികൾ ഉയർന്ന ജാതിക്കാർക്കെതിരെ കലാപക്കൊടി ഉയർത്തി. ഭൂനികുതി നൽകാൻ വിസമ്മതിച്ചു. പ്രതിഷേധങ്ങൾ തുടർന്നുകൊണ്ടേയിരുന്നു. പിൽക്കാലത്ത് ഇവർ ഹിന്ദുമതത്തിൽ ഒരു ചെറിയ ഉപവിഭാഗമായി ഉയർന്നുവന്നു. പക്ഷേ, ആത്യന്തികമായി സത്നാമികളും, മറ്റു പലരെയും പോലെ, ഇന്ത്യയിലെ മതവുംജാതിവ്യവസ്ഥയും അടങ്ങുന്ന ചട്ടക്കൂടിനകത്തുതന്നെ നിലകൊണ്ടു.

സത്യമഹിമാധർമ്മ

മഹിമാ ഗോസെയ്ൻ, ഗോവിന്ദബാബ, ഭീമാഭോയ് എന്നീ മൂന്നു പ്രമുഖരുടെ പ്രവർത്തനങ്ങളെച്ചുറ്റിയാണ് ഒറീസ്സയിലെ ഈ മത-സാമൂഹ്യപരിഷ്കരണ പ്രസ്ഥാനത്തിന്റെ ചരിത്രം നിൽക്കുന്നത്.

1860 കളിലും 70കളിലും മഹിമധർമ്മികൾ വൈഷ്ണവമതത്തെയും ബിംബാരാധനയെയും ചടങ്ങുകളെയും എതിർത്ത് പ്രവർത്തനം നടത്തി. ബ്രാഹ്മണപുരോഹിതരും തങ്ങൾക്ക് സ്വീകാര്യരല്ലെന്ന് അവർ പ്രഖ്യാപിച്ചു. ഇതുകൊണ്ടുതന്നെ കീഴ്ജാതിക്കാർക്കും അയിത്തജാതിക്കാർക്കും ഗിരിവർഗ്ഗസമൂഹങ്ങൾക്കും മഹിമധർമ്മം സ്വീകാര്യമായി. ഈ സംഘത്തിൽപ്പെട്ടവർ പ്രത്യേക വേഷവിധാനവും ലളിതമായ വിവാഹച്ചടങ്ങുകളും സ്വീകരിച്ചു. മൃഗബലി ഉപേക്ഷിച്ചു. സ്വന്തമായി ക്ഷേത്രങ്ങൾ നിർമ്മിച്ചു. ഉത്സവങ്ങളും വാർഷിക ആഘോഷങ്ങളും തീർത്ഥയാത്രകളും സംഘടിപ്പിച്ചു. പരമ്പരാഗത സാമൂഹ്യവ്യവസ്ഥിതിയെ നിഷേധിക്കുന്നതിന്റെ ഭാഗമായി, ബ്രാഹ്മണരോ ക്ഷത്രിയരോ നൽകുന്ന ഭക്ഷണം അവർ നിരാകരിച്ചു. ആയിരക്കണക്കിന് അനുയായികൾ ഈ പ്രസ്ഥാനത്തിനുണ്ടായി. ഒറീസ്സയിലും ആന്ധ്രപ്രദേശിലും ബംഗാളിലും ആസ്സാമിലുമായി നൂറുകണക്കിന് ആശ്രമങ്ങൾ സ്ഥാപിക്കപ്പെട്ടു.

1881-ൽ ബിംബാരാധനയ്ക്കെതിരെ പ്രതിഷേധവുമായി മഹിമധർമ്മികൾ പൂരിജഗന്നാഥ ക്ഷേത്രത്തിലെത്തി. ബലമായി ക്ഷേത്രത്തിനകത്ത് പ്രവേശിച്ചു. മരംകൊണ്ടു തീർത്ത ബിംബങ്ങൾ കത്തിച്ചുകളയാൻ ശ്രമിച്ചു. പ്രതിഷേധക്കാരെ ബലംപ്രയോഗിച്ച് നീക്കിയെങ്കിലും

പുരിയിലെ ജഗന്നാഥക്ഷേത്രം

ഹൈന്ദവയാഥാസ്ഥിതികരോടുള്ള വിരോധം നിലനിന്നു. സത്യമഹിമ ധർമ്മികൾ ബുദ്ധമതത്തിൽനിന്നും പ്രചോദനം കൊണ്ടവരാണ് എന്ന ഒരു അഭിപ്രായമുണ്ട്. ഏതായാലും, പിൽക്കാലത്ത് ഹിന്ദുമതത്തിന്റെ അതിർവരമ്പത്ത് അവരും ഒരു ഇടം കണ്ടെത്തി.

നാടാർ സമുദായം

ദക്ഷിണേന്ത്യയിലെ ഹിന്ദുനാടാർ സമുദായക്കാരുടെയിടയിലും വ്യവസ്ഥാപിതസമൂഹത്തിനെതിരെയുള്ള പ്രതിഷേധസ്വരങ്ങൾ ഉയർന്നുവന്നു. ജാതിവ്യവസ്ഥയുടെ ചട്ടക്കൂടിനകത്തുനിന്ന മതം സാമൂഹ്യനീതി നിഷേധിച്ചപ്പോഴാണ് ഇവിടെ എതിർപ്പുകൾ ഉണ്ടായത്.

കള്ളുചെത്തുകയും വിൽക്കുകയും ചെയ്യുന്ന പ്രവൃത്തിയിൽ ഏർപ്പെട്ടിരുന്ന നാടാർ സമുദായക്കാരെ, അക്കാരണംകൊണ്ടുതന്നെ, തൊട്ടുകൂടാത്തവരായി 18-ാം നൂറ്റാണ്ടിലെ സമൂഹം കണ്ടിരുന്നു. മദ്രാസ് പ്രസിഡൻസിയിലെ തിനവല്ലി ജില്ലയിൽ കേന്ദ്രീകരിച്ചിരുന്ന ഇവർ അവിടത്തെ ഏറ്റവും വലിയ ജാതിസമൂഹമായിരുന്നു. തിനവല്ലിയെക്കൂടാതെ തെക്കൻതിരുവിതാംകൂറിലും ഈ സമുദായക്കാർ ധാരാളമുണ്ടായിരുന്നു. ഇവർക്ക് ഹിന്ദുക്ഷേത്രങ്ങളിൽ പ്രവേശനം നിഷേധിച്ചിരുന്നു. പൊതുകിണറുകൾ ഉപയോഗിച്ചുകൂടായിരുന്നു. ഉയർന്നജാതിക്കാരിൽനിന്നും നിശ്ചിത അകലം പാലിച്ച് നിൽക്കണമായിരുന്നു. വസ്ത്ര

ധാരണത്തിൽ നിയന്ത്രണങ്ങളുണ്ടായിരുന്നു. ഗ്രാമങ്ങളുടെ അതിർത്തിക്ക് പുറത്തുമാത്രമേ താമസിക്കുവാൻ അനുവാദമുണ്ടായിരുന്നുള്ളൂ. ഇത്രയൊക്കെയായിട്ടും ഇവരേക്കാൾ താഴ്ന്നവരായി കരുതപ്പെട്ട മറ്റ് അയിത്തജാതിക്കാരും ഉണ്ടായിരുന്നു. നാടാർ സമൂഹത്തിലെ കുറച്ചുപേരെങ്കിലും മെച്ചപ്പെട്ട ധനസ്ഥിതി ആർജ്ജിച്ചവരും സ്വന്തമായി ഭൂമിയുള്ളവരുമായിരുന്നു.

സ്വന്തം സമൂഹത്തിൽ ഇത്രയൊക്കെ കടുത്ത ഉച്ചനീചത്വങ്ങൾ അനുഭവിച്ചിരുന്ന നാടാർ സമുദായക്കാർ തങ്ങളെ മതപരവും സാമൂഹികവുമായ എല്ലാ അവശതകളിൽനിന്നും അസമത്വത്തിൽ നിന്നും രക്ഷിക്കുന്ന ഒരു മതമായി ക്രിസ്തുമതത്തെ കണ്ടു. 1680 കളിൽ തുടങ്ങി, ക്രൈസ്തവമിഷനറിമാരുടെ പ്രചാരണപ്രവർത്തനങ്ങളിൽ ആകൃഷ്ടരായ നാടാർജനം കൂടുതൽ കൂടുതലായി ക്രിസ്തുമതത്തിലേക്ക് പരിവർത്തനം നേടിത്തുടങ്ങി. 1850 ആയപ്പോഴേക്കും തിനവല്ലിയിൽ മാത്രം 40,000ത്തോളം പേർ ഇത്തരത്തിൽ ക്രിസ്തുമതത്തിൽ ചേർന്നുകഴിഞ്ഞിരുന്നു. ഉയർന്നജാതിക്കാരായ ഹിന്ദുക്കളുടെയിടയിൽ ഇത് കടുത്ത ശത്രുതയുണ്ടാക്കി. അവർ, സംഘടിതരായി നാടാർ ക്രിസ്ത്യാനികൾക്ക് നേരെയും ക്രൈസ്തവമിഷനറിമാർക്കുനേരെയും തുടർച്ചയായി അക്രമങ്ങൾ അഴിച്ചുവിട്ടു. ഇരുകൂട്ടർക്കും ഇടയിൽ സംഘർഷവും വിദ്വേഷവും നിലനിന്നുവെങ്കിലും വർഷങ്ങളിലൂടെ, തിനവല്ലിപ്രദേശത്തെ നാടാർ ക്രിസ്ത്യാനികൾ പരിമിതമായ അംഗീകാരവും സ്ഥാനവും സമൂഹത്തിൽ നേടിയെടുത്തു.

തെക്കൻ തിരുവിതാംകൂറിലെ നാടാർ സമുദായക്കാരുടെ സ്ഥിതിയും തിനവല്ലിയിലെ സ്വസമുദായക്കാരുടേതിൽനിന്ന് ഒട്ടും ഭിന്നമായിരുന്നില്ല. അവിടെ നാടാർ സമുദായക്കാർ മിക്കവരും കള്ളുചെത്ത് തൊഴിലിൽ ഏർപ്പെട്ടവരോ, നായർ വെള്ളാള സമുദായങ്ങളിൽപ്പെട്ട ഭൂവുടമകളുടെ കുടിയാൻമാരോ ആയിരുന്നു. തൊട്ടുകൂടായ്മയും തീണ്ടിക്കൂടായ്മയും അവർ അനുഭവിക്കേണ്ടിവന്നു. നമ്പൂതിരിമാരിൽനിന്നും 36 ചുവടും നായൻമാരിൽ നിന്നും 12 ചുവടും ദൂരെ മാത്രമേ അവർക്ക് സഞ്ചരിക്കാവൂ. നാടാൻമാർക്ക് കുട ചൂടുവാനോ പാദരക്ഷ ഉപയോഗിക്കുവാനോ, സ്വർണ്ണാഭരണങ്ങൾ അണിയുവാനോ പാടില്ലായിരുന്നു. ഇതിനുമപ്പുറം വളരെ നികൃഷ്ടമായ മറ്റൊരു വിലക്കും സവർണ്ണർ നാടാർ സമുദായക്കാരുടെമേൽ അടിച്ചേൽപ്പിച്ചിരുന്നു. അതായത് നാടാർ സ്ത്രീകൾ അവരുടെ മാറുമറയ്ക്കരുതെന്നും വെള്ളം നിറച്ചകുടം അരയിൽ ഏന്തിനടക്കരുതെന്നും! സമൂഹത്തിൽ ഒരു കൂട്ടർ തൊട്ടുകൂടാത്തവരാണെന്ന് വിളിച്ചോതുന്ന അടയാളങ്ങളായിരുന്നു ഈ നിബന്ധനകൾ. അതേസമയം അമിതമായ നികുതിഭാരവും ആ സമുദായക്കാരുടെമേൽ അടിച്ചേൽപ്പിക്കപ്പെട്ടിരുന്നു. വേതനമില്ലാത്ത ഒരുകൂട്ടം നിർബന്ധസേവനങ്ങളും അവർ ചെയ്യണമായിരുന്നു.

തിനവല്ലിയിലെ തങ്ങളുടെ സമുദായക്കാർ മതപരിവർത്തനം

ചെയ്യുന്നതിനെക്കുറിച്ച് തിരുവിതാംകൂറിലുള്ളവർ അറിഞ്ഞുതുടങ്ങി. 1819-ൽ ആദ്യമായി പ്രൊട്ടസ്റ്റന്റ് മിഷനറിമാർ ഇവിടെയെത്തി. ഒരുവർഷത്തിനുള്ളിൽ 3000പേർ ക്രിസ്തുമതത്തിൽ ചേരുകയും ചെയ്തു. തങ്ങളുടെമേൽ പരമ്പരാഗതമായി അടിച്ചേൽപ്പിക്കപ്പെട്ട വിലക്കുകളെ ചോദ്യംചെയ്യാൻ ഇവരിൽ ചിലർ മുതിർന്നതോടെ സ്ഥിതിഗതികൾക്ക് അൽപ്പം മുറുക്കം വന്നു. തിരുവിതാംകൂർ റസിഡന്റായിരുന്ന മൺറോപ്രഭുവും തിരുവിതാംകൂർ ഗവൺമെന്റും ഇറക്കിയ രണ്ട് വ്യത്യസ്ത ഉത്തരവുകളിലൂടെ മതപരിവർത്തനം നേടിയ നാടാർ സ്ത്രീകൾ - മാറുമറയ്ക്കുവാനായി ജാക്കറ്റുധരിക്കാനുള്ള അവകാശം നേടിയെടുത്തു. എന്നാൽ 1820കളിൽ സവർണ്ണ സമുദായക്കാരും നാടാർ ക്രിസ്ത്യാനികളും തമ്മിൽ പലപ്പോഴും സംഘട്ടനങ്ങൾ ഉണ്ടായി. വസ്ത്രധാരണത്തിൽ നാടാർ സ്ത്രീകൾ സവർണ്ണരെ അനുകരിച്ചത് അക്കൂട്ടരെ ചൊടിപ്പിച്ചു. പലപ്പോഴും നാടാർ ക്രിസ്ത്യൻ സ്ത്രീകൾ തുറന്ന അപമാനത്തിനും നാണംകെടുത്തലിനും ചിലപ്പോൾ ആക്രമണത്തിനുവരെയും വിധേയരായതോടെ സ്ഥിതിഗതികൾ കൂടുതൽ വഷളായി. 1828-ൽ മിഷനറിമാരുടെ നേർക്കും നാടാർ ക്രിസ്ത്യാനികളുടെ നേർക്കും ഒരു ആക്രമണപരമ്പരതന്നെയുണ്ടായി. തിരുവിതാംകൂർ ഗവൺമെന്റാകട്ടെ നാടാർ സ്ത്രീകൾ മാറുമറയ്ക്കുന്നത് വിലക്കിക്കൊണ്ട് 1829-ൽ ഒരു ഉത്തരവ് പുറപ്പെടുവിച്ചു. 1850കളിലും, പക്ഷെ, ഒറ്റപ്പെട്ട സംഘർഷങ്ങൾ തുടർന്നുകൊണ്ടേയിരുന്നു. 1859ൽ തിരുവിതാംകൂർ ഗവൺമെന്റ് നാടാർ സ്ത്രീകൾക്ക് ജാക്കറ്റ് ധരിക്കാനുള്ള അവകാശം തിരിച്ചുനൽകിക്കൊണ്ട് പുതിയ ഉത്തരവ് പുറപ്പെടുവിച്ചു. സമൂഹത്തിൽ നാടാർമാരും സവർണ്ണരും തമ്മിലുള്ള അകൽച്ച തുടർന്നുവെങ്കിലും നാടാർമാർ, ക്രൈസ്തവമിഷനറിമാരുടെ സഹായത്തോടെ അവരുടെ നില മെച്ചപ്പെടുത്തിക്കൊണ്ടേയിരുന്നു.

നാടാർ സമുദായക്കാരുടെയിടയിലുണ്ടായ ഈ പ്രക്ഷോഭത്തിൽ അവർ ഹിന്ദുമതത്തിലെ അനാചാരങ്ങളെ കുറ്റപ്പെടുത്തുന്നതിനും അപ്പുറം ആ മതത്തിനെത്തന്നെ നിഷേധിക്കുന്ന അവസ്ഥയിലേക്കെത്തിച്ചേർന്നു. തങ്ങൾക്ക് സമൂഹസമത്വം നൽകുകയും തങ്ങളുടെ അവശതകൾക്ക് അന്ത്യം കുറിക്കുകയും ചെയ്യുന്ന ക്രിസ്തുമതത്തിലൂടെ, ജാതിക്കോവണിയിൽ, പടികൾ കയറാനും അവർ ആഗ്രഹിച്ചു. മഹാരാഷ്ട്രത്തിലെ മഹർ സമുദായക്കാരും ഇത്തരത്തിലൊരു പാത സ്വീകരിച്ചു. അവർ ബുദ്ധമതത്തിലേക്ക് പരിവർത്തനം നേടി.

ഹിന്ദു പ്രോഗ്രസ്സീവ് ഇംപ്രൂവ്മെന്റ് സൊസൈറ്റി

1850കളിൽ മദ്രാസ് നഗരത്തിലെ ഇംഗ്ലീഷ് വിദ്യാഭ്യാസം സിദ്ധിച്ച ഒരു കൂട്ടമാളുകൾ തുടങ്ങിയ പ്രസ്ഥാനമാണിത്. മദ്രാസ്, ഈസ്റ്റിന്ത്യാ കമ്പനിയുടെ മുഖ്യ കച്ചവടകേന്ദ്രമായിരുന്നതിനാൽത്തന്നെ പാശ്ചാത്യ വിദ്യാഭ്യാസവും അതുവഴി പടിഞ്ഞാറിന്റെ പുത്തൻആശയങ്ങളും ഈ

നഗരത്തിൽ നേരത്തെ എത്തിച്ചേർന്നിരുന്നു. 1852 നവംബറിൽ ശ്രീനിവാസപിള്ളൈ എന്ന വ്യക്തിയാണ് ഈ സൊസൈറ്റി സ്ഥാപിച്ചത്. സമൂഹത്തിൽ മാറ്റങ്ങൾ ഉണ്ടാകണം എന്നതായിരുന്നു അദ്ദേഹത്തിന്റെ ചിന്താഗതി. സമാനആശയങ്ങളുള്ള കുറേപേർ ഈ സൊസൈറ്റിയിൽ അംഗങ്ങളായി. മത-സാമൂഹ്യ വിഷയങ്ങൾ അവർ ഒത്തുകൂടി ചർച്ചക്ക് വിഷയമാക്കി. സ്ത്രീകൾക്ക് വിദ്യാഭ്യാസം നൽകണമെന്നും അധഃസ്ഥിത വർഗ്ഗക്കാരുടെ ജീവിതനിലവാരം മെച്ചപ്പെടുത്തണമെന്നും വിധവാ പുനർവിവാഹം നിയമപരമായി അനുവദിക്കണമെന്നും അവർ അഭിപ്രായപ്പെട്ടു. ശ്രീനിവാസ പിള്ളൈയുടെ പ്രവർത്തനങ്ങൾക്ക് സഹായമായി 1853-ൽ വെങ്കടരായലു എന്ന വ്യക്തി *റൈസിങ്ങ്സൺ* എന്നൊരു പ്രസിദ്ധീകരണം തുടങ്ങി. ഇതിൽ ഹിന്ദുക്കളുടെയിടയിലുണ്ടായിരുന്ന വിവിധ സാമൂഹ്യപ്രശ്നങ്ങൾ ചർച്ചചെയ്യുന്ന ലേഖനങ്ങൾ പ്രസിദ്ധീകരിക്കപ്പെട്ടു. ശ്രീനിവാസപിള്ളൈയുടെ മരണശേഷം (1853) വെങ്കിടരായലു, സൊസൈറ്റിയുടെ പ്രവർത്തനങ്ങൾ നേരിട്ട് നടത്തി. അദ്ദേഹം അധഃസ്ഥിതവർഗ്ഗക്കാരുടെ കുട്ടികൾക്കായി സ്കൂളുകൾ തുറന്നു. ദരിദ്ര വിദ്യാർത്ഥികൾക്ക് സ്ക്കോളർഷിപ്പ് ഏർപ്പെടുത്തി. വിധവാപുനർവിവാഹ നിയമത്തിനായി ശക്തിയായി വാദിച്ചു. മദ്രാസിൽ ഹിന്ദുക്കൾക്കുവേണ്ടി ഒരു വായനശാല തുടങ്ങി. ഹിന്ദു ഡിബേറ്റിങ്ങ് സൊസൈറ്റി സ്ഥാപിച്ചു. 1863-ൽ നായിഡുവിന്റെ മരണശേഷം ഈ സൊസൈറ്റിയുടെ പ്രവർത്തനം നിലയ്ക്കുകയാണുണ്ടായത്.

മദ്ധ്യയുഗത്തിലെ ദാരുകല

കൊളോണിയൽ സംസ്കാരത്തിന്റെ സ്വാധീനം തട്ടാതെതന്നെ ഇന്ത്യൻ സമൂഹത്തിൽ ഉയർന്നുവന്ന, ചില വേറിട്ട ശബ്ദങ്ങളെയാണ് മുകളിൽ പ്രതിപാദിച്ചത്.

ഇതുപോലെ തന്നെയായിരുന്നു ജാതിവ്യവസ്ഥയുടെ ഘടനയുടെയും രൂപത്തിന്റെയും കാര്യം. 18-ാം നൂറ്റാണ്ടിനെ, മധ്യകാല ചരിത്രകാരന്മാരും ആധുനിക ചരിത്രകാരന്മാരും ഒരുപോലെ ശ്രദ്ധിക്കാതെയിരുന്നതിനാൽത്തന്നെ, ആ കാല

ഘട്ടത്തെക്കുറിച്ച് കൂടുതൽ ചരിത്രവസ്തുതകൾ ഇനിയും പുറത്തു വരാനുണ്ടെന്ന് ചരിത്രകാരന്മാർ പറയുന്നു; എന്നിരുന്നാലും, പൊതുവായ ചില സൂചനകൾ ലഭ്യമാണ്. ജാതിയുടെ ഘടനയിൽ മാറ്റത്തിന്റെ ശിഥിലീകരണത്തിന്റെ സൂചനകൾ ഇക്കാലത്ത് കണ്ടിരുന്നു; വൈഷണികമേഖലയിലാകട്ടെ, ജ്യോതിശാസ്ത്രത്തിലും ഇസ്ലാം മത തത്ത്വചിന്തയിലും ഉർദു, ഒറിയ, ബംഗാളി തുടങ്ങിയ ഭാഷാസാഹിത്യങ്ങളിലുമൊക്കെ, പ്രതിഭാധനന്മാരായ വ്യക്തികൾ സംഭാവന നൽകിയിരുന്നു. 16-ാം നൂറ്റാണ്ടിൽത്തന്നെ മലയാളത്തിലും ബംഗാളിയിലും ജനകീയ സാഹിത്യത്തിന്റെ വളർച്ചയുണ്ടായിരുന്നു എന്ന് കെ എൻ പണിക്കർ ചൂണ്ടിക്കാട്ടുന്നു. ഇവയെല്ലാം പതിനെട്ടാം നൂറ്റാണ്ടിൽ ഉണ്ടായ ചുരുക്കം ചില അറിയപ്പെടുന്ന മാറ്റങ്ങൾ മാത്രമാകാം.

4

കൊളോണിയൽ കാലഘട്ടം

ഇന്ത്യയുടെ പുരോഗതിക്ക് വിഘാതങ്ങളായി നിൽക്കുന്നത്, ഇന്ത്യൻ സമൂഹത്തിലെ - പ്രത്യേകിച്ചും ഹൈന്ദവസമൂഹത്തിലെ - ദുരാചാരങ്ങളും അന്ധവിശ്വാസങ്ങളുമാണെന്ന് 19-ാം നൂറ്റാണ്ടിൽ ഇന്ത്യയിൽ ജീവിച്ചിരുന്ന ഒട്ടുമിക്ക ബുദ്ധിജീവികൾക്കും അറിയാമായിരുന്നു. ബഹുദൈവാരാധനയും ബിംബാരാധനയും വ്യക്തിത്വവികാസത്തിന്റെ നിഷേധമാണെന്നും ഭയംകൊണ്ടുമാത്രം, മതനേതാക്കൾക്ക്, പുരോഹിതന്മാർക്ക്, മനുഷ്യൻ വഴങ്ങുകയാണെന്നും റാം മോഹൻ റോയ് പറഞ്ഞു. കേശബ് ചന്ദ്രസെന്നിന്റെ വാക്കുകളിൽ "ഏതു രാജ്യത്തിലാണോ സ്ത്രീകൾ അജ്ഞതയിൽ ആണ്ടുകിടക്കുന്നത് ആ രാജ്യം ഒരു കാലത്തും പുരോഗമിക്കില്ല; ജാതീയത എന്നത് രണ്ടുതരത്തിൽ തിന്മയാണ്; അത് ജനങ്ങളെ വിഭജിക്കുന്നു; അതേസമയം അവരിൽ ദേശസ്നേഹവും ഐക്യവും ഇല്ലാതെയാക്കുന്നു" എന്ന് റാം മോഹൻറോയ് പറഞ്ഞു. ഒരു ജീർണ്ണിച്ച, അധഃപതിച്ച, സമൂഹത്തിന്റെ സവിശേഷതകളായിട്ടാണ്, ആ കാലത്തെ സാമൂഹികാചാരങ്ങളെയും മതവിശ്വാസങ്ങളെയും മഹാദേവ

കേശബ് ചന്ദ്ര സെൻ

ഗോവിന്ദ റാനഡെ കണ്ടത്. അവിടെ കർശന ചട്ടങ്ങൾക്കും അന്ധമായ വിശ്വാസങ്ങൾക്കും പദവിക്കും മതഭ്രാന്തിനും അന്ധമായ വിധിവിശ്വാസത്തിനും മാത്രമേ സ്ഥാനമുള്ളൂ. അവയുടെ സ്ഥാനത്ത്, സ്വാതന്ത്ര്യം, വിശ്വാസം, പരസ്പരധാരണ, വിവേകം, സഹിഷ്ണുത, മനുഷ്യന്റെ അന്തസ്സ് എന്നിവയെയാണ് പ്രതിഷ്ഠിക്കേണ്ടത് എന്നും റാനഡെ പറഞ്ഞു.

ഇന്ത്യൻ സമൂഹത്തിൽ കാതലായ മാറ്റങ്ങൾ വരുത്തണം എന്ന് ബോധ്യമുണ്ടായിരുന്ന ഒട്ടേറെ ധൈഷണികർ മേൽപ്പറഞ്ഞവരെപ്പോലെ ആ കാലഘട്ടത്തിൽ ഇന്ത്യയിൽ ജീവിച്ചിരുന്നു. ഇവർക്കിടയിൽ, സാമൂഹിക-സാംസ്കാരിക പ്രശ്നങ്ങളെ സംബന്ധിക്കുന്ന ചർച്ചകളും സംവാദങ്ങളും നടന്നിരുന്നു; ഇതിൽനിന്നാണ് ഇന്ത്യൻ സമൂഹം സ്വയമേവ, ആന്തരികമായിത്തന്നെ, ഒരു വലിയ മാറ്റത്തിലേക്ക് നീങ്ങുന്നത്. ഈ ചർച്ചകളിൽ ഇന്ത്യയുടെ സംസ്കാരം, പാരമ്പര്യം, അതുപോലെതന്നെ, ആധുനികത, പ്രബുദ്ധത തുടങ്ങിയവയെക്കുറിച്ച് അഭിപ്രായങ്ങൾ രൂപീകരിക്കപ്പെട്ടു. നൂറ്റാണ്ടുകളായി നിലനിന്നിരുന്ന മതാചാരങ്ങളും ചർച്ചകൾക്ക് വിധേയമായി. ആധുനികചരിത്രകാരന്മാരുടെ അഭിപ്രായത്തിൽ ഒട്ടേറെ ബുദ്ധിജീവികളും സാധാരണക്കാരും പങ്കുകൊണ്ട, ഇംഗ്ലീഷിൽ മാത്രമല്ലാതെ വിവിധ ഇന്ത്യൻ ഭാഷകളിലും നടന്ന, ഇത്തരം ചർച്ചകളും സംവാദങ്ങളുമാണ് ഇന്ത്യൻ നവോത്ഥാനത്തിനു യോജ്യമായ അന്തരീക്ഷം ഒരുക്കിയത്.

മഹാദേവ് ഗോവിന്ദ റാനഡെ

ജ്ഞാനോദയം - മാറ്റത്തിന്റെ അടിത്തറ

ആ കാലഘട്ടത്തിലെ ബുദ്ധിജീവികൾ എല്ലാംതന്നെ ഒരു കാര്യത്തിൽ മിക്കവാറും ഏകാഭിപ്രായക്കാരായിരുന്നു. അതായത്, മാറ്റങ്ങൾക്ക് അടിത്തറയാവേണ്ടത് വിദ്യയാണെന്ന് - ജ്ഞാനോദയം, വിദ്യാഭ്യാസത്തിന്റെ വെളിച്ചം ആർജ്ജിക്കൽ - അതായിരുന്നു ഏറ്റവും പ്രധാനം. അജ്ഞതയാണ് എല്ലാ ദുഷിച്ച അവസ്ഥയ്ക്കും കാരണം എന്ന് ബോധ്യപ്പെട്ട അവർ വിദ്യാഭ്യാസത്തിന്, വിജ്ഞാനത്തിന്റെ പ്രസരണത്തിന്, തങ്ങളുടെ പരിഷ്കരണ പ്രവർത്തനങ്ങളിൽ അദ്വിതീയസ്ഥാനം നൽകി. റാം മോഹൻറോയിയുടെ അഭിപ്രായത്തിൽ ശരിയായ വിദ്യാഭ്യാസം ലഭിക്കുമെങ്കിൽ ഇന്ത്യൻ ജനത എല്ലാവരുടെയും ആദരവിന് പാത്രീഭൂതരാകും.

കേശബ് ചന്ദ്രസെന്നാകട്ടെ, പാവപ്പെട്ടവനും പണക്കാരനും വിദ്യാഭ്യാസം നേടിയാൽ, തങ്ങൾക്കെതിരെയുള്ള കടന്നാക്രമണവും ക്രൂരതയും അടിച്ചമർത്തലും ചെറുക്കാനായി ഒറ്റക്കെട്ടായി നിൽക്കാൻ പ്രാപ്തരാകും എന്ന് എഴുതി; വീരേശലിംഗമാകട്ടെ, വിദ്യാസമ്പന്നരെ മാറ്റത്തിന്റെ വക്താക്കളെന്ന് വിശേഷിപ്പിച്ചു. വിവേകാനന്ദന്റെ വാക്കുകളിൽ, വിദ്യയുടെ വെളിച്ചം നേടിയില്ലെങ്കിൽ ഈ ജനതയ്ക്ക് മോക്ഷമേയില്ല. ഇതെല്ലാംതന്നെ വിദ്യാഭ്യാസത്തിന്റെ ലക്ഷ്യത്തെക്കുറിച്ചും രീതിയെക്കുറിച്ചുമുള്ള കൊളോണിയൽ ഭരണകർത്താക്കളുടെ ആശയങ്ങളിൽനിന്നും തികച്ചും വ്യത്യസ്തമായിരുന്നു.

കൊളോണിയൽ ഭരണകൂടത്തിന്റെ ഭരണപരമായ ആവശ്യം നിറവേറ്റുകയും, അതേസമയം, ഇന്ത്യാക്കാരുടെ മനസ്സിൽ കൊളോണിയൽ മനോഭാവം വേരിട്ടുറപ്പിക്കുകയും ഇന്ത്യയിലെ മണ്ണിൽനിന്നും വേരുകൾ നഷ്ടപ്പെട്ട കുറെ ഗുമസ്തന്മാരെ സൃഷ്ടിക്കുകയുമല്ലാതെ, കമ്പനിഭരണ ത്തലവന്മാർക്ക്, ഇന്ത്യക്കാരെ മുഴുവൻ വിദ്യാസമ്പന്നരാക്കുക എന്ന ആശയം ഉണ്ടായിരുന്നതേയില്ല എന്നത് ചരിത്ര സത്യമാണല്ലോ.

ഇന്ത്യക്കാർക്ക്, ഒരു വിദ്യാഭ്യാസപദ്ധതിതന്നെ വേണമെന്നും അത് ശാസ്ത്രവിജ്ഞാനം നേടുന്നതിലും ജനകീയ വിദ്യാഭ്യാസത്തിലും അധിഷ്ഠിതമാകണമെന്നും അതിന് പ്രാദേശികഭാഷാവിജ്ഞാനം പരിപോഷിപ്പിക്കണം എന്നും ആയിരുന്നു അന്നത്തെ ബുദ്ധിജീവികളുടെ മിക്കവരുടെയും അഭിപ്രായം. സമൂഹത്തിൽ നിലനിന്നിരുന്ന ദുരാചാരങ്ങൾക്കെതിരെ വിവേകപൂർവം പ്രതികരിക്കണമെങ്കിൽ, ശാസ്ത്രീയമായ വിജ്ഞാനം ഇന്ത്യക്കാർ നേടിയേ ഒക്കൂ എന്നവർ മനസ്സിലാക്കി. റാം മോഹൻ റോയിയുടെ വാക്കുകളിൽ, യുവാക്കളുടെ മനസ്സിൽ വ്യാകരണവും മറ്റും കുത്തിനിറച്ചതുകൊണ്ട് സമൂഹത്തിന് യാതൊരു പ്രയോജനവും ഉണ്ടാകില്ല. ഇന്ത്യക്ക് ഒരു ദേശീയവിദ്യാഭ്യാസ പദ്ധതി തന്നെ വേണമെന്ന് അക്ഷയ്കുമാർ ദത്തും ശാസ്ത്രങ്ങളിലാണ് എല്ലാ ശാസ്ത്രീയ വിജ്ഞാനവും അടങ്ങിയിരിക്കുന്നതെന്ന വിചാരം തെറ്റാണെന്ന് വിദ്യാസാഗറും പരമ്പരാഗത മുസ്ലീം വിദ്യാഭ്യാസരീതി പുരോഗമനത്തിന് കടുത്ത വിഘാതമാണ് എന്ന് സയ്യിദ് അഹമ്മദ് ഖാനും പ്രഖ്യാപിച്ചിരുന്നു. ആര്യ സമാജക്കാരുടെ വിദ്യാലയങ്ങളിലും ശാസ്ത്ര വിഷയങ്ങൾ പഠിപ്പിച്ചിരുന്നു.

സർ സയ്യിദ് അഹമ്മദ്ഖാൻ

കോളനി ഭരണകർത്താക്കൾ, ശാസ്ത്രവിജ്ഞാനം പ്രചരിപ്പിക്കുന്നതിൽ കാണിച്ച നിസ്സംഗതയെ ഈ ബുദ്ധിജീവികൾ കുറ്റപ്പെടുത്തി. ശാസ്ത്രവിഷയങ്ങളുടെ പഠനം വ്യാപകമാക്കാൻ അന്നത്തെ സാമൂ

ഹ്യ - വിദ്യാഭ്യാസ പരിഷ്കർത്താക്കൾ എല്ലാം ശ്രമിച്ചിരുന്നു. സയ്യിദ് അഹമ്മദ് ഖാനും മറ്റും ശാസ്ത്രപഠനത്തിനായി സംഘടനകൾ സ്ഥാപിച്ചു.

ശാസ്ത്രപഠനത്തിന്റെ കാര്യത്തിലെന്നപോലെ വിദ്യാഭ്യാസം കൂടുതൽ ജനങ്ങളിലേക്കെത്തിക്കുന്ന കാര്യത്തിലും, കോളനിഭരണക്കാർ അലസത കാണിച്ചു. ഇതിനെതിരെയും ശക്തമായ പ്രതികരണം അന്നത്തെ രാജ്യസ്നേഹികളിൽ നിന്നുണ്ടായി. പ്രൈമറി വിദ്യാഭ്യാസം സൗജന്യവും നിർബന്ധിതവുമാക്കണമെന്നായിരുന്നു അക്ഷയ്കുമാർ ദത്തിന്റെ അഭിപ്രായമെങ്കിൽ, ദയാനന്ദ സരസ്വതിയുടേത് ഒരു പടി കൂടി മുന്നോട്ടു പോയി - എട്ടു വയസ്സു കഴിഞ്ഞാൽ പിന്നെ കുട്ടികളെ വീട്ടിൽ നിർത്തരുതെന്നും വിദ്യാഭ്യാസത്തിനയക്കണമെന്നും ഉള്ള ഉത്തരവ് സർക്കാർ പുറപ്പെടുവിക്കണമെന്നും ഇത് ലംഘിക്കുന്ന മാതാപിതാക്കളെ കഠിനമായി ശിക്ഷിക്കണമെന്നും ആയിരുന്നു അദ്ദേഹത്തിന്റെ അഭിപ്രായം. എം ജി റാനഡെയും വീരേശലിംഗവും വിവേകാനന്ദനും എല്ലാംതന്നെ സമാനമായ അഭിപ്രായങ്ങൾ ഉള്ളവരായിരുന്നു. നമ്മുടെ രാജ്യത്തെ അധഃകൃത വർഗ്ഗക്കാർക്ക് ചെയ്തുകൊടുക്കാവുന്ന ഒരേയൊരു സേവനം, അവർക്ക് വിദ്യാഭ്യാസം നൽകലാണെന്ന് വിവേകാനന്ദൻ എഴുതി. അത് അവരുടെ നഷ്ടപ്പെട്ട വ്യക്തിത്വത്തെ വീണ്ടെടുക്കും. ഇന്ത്യയിലെ ദരിദ്രർ അവർ മനുഷ്യരാണെന്നുപോലും മറന്നിരിക്കുന്നു. അവരുടെ കണ്ണുകൾ തുറക്കപ്പെടണം. സയ്യിദ് അഹമ്മദ് ഖാൻ പറഞ്ഞത്, ഇന്ത്യയിലെ കലകളും ശാസ്ത്രങ്ങളും എല്ലാംതന്നെ ജനങ്ങളുടേതായ ഭാഷകളിൽ പരിഭാഷപ്പെടുത്തണമെന്നാണ്. ഇത് ഭാവി തലമുറകൾക്ക് ഓർക്കുവാനായി ഹിമാലയത്തിന്റെ മുകളിൽ വലിയ അക്ഷരങ്ങളിൽ കുറിച്ചുവെക്കണമെന്നും, ശാസ്ത്രങ്ങളും കലകളും ഒന്നുംതന്നെ വിവിധ ഭാഷക്കാരായ ഇന്ത്യക്കാർ മനസ്സിലാക്കിയില്ലെങ്കിൽ അവരെ ഒരിക്കലും സംസ്കാരം സിദ്ധിച്ചവരാക്കാൻ സാധിക്കില്ല എന്നും ഇതാണ് സത്യമെന്നും അദ്ദേഹം പറഞ്ഞു.

സ്വാമി വിവേകാനന്ദൻ

പ്രാദേശികഭാഷകളുടെ പരിപോഷണത്തിന് അന്നത്തെ ഒട്ടുമിക്ക ധിഷണാശാലികളും അവരവരുടേതായ സംഭാവന നൽകിയിട്ടുണ്ട്. റാംമോഹൻറോയിയുടെ ബംഗാളി വിവർത്തനങ്ങൾ, അദ്ദേഹത്തിന്റെ *സംബദ് കൗമുദിയിലെ* ലേഖനങ്ങൾ, വീരേശലിംഗത്തിന്റെയും വിദ്യാസാഗറിന്റെയും ലേഖനങ്ങൾ ഒക്കെത്തന്നെയും അവരവരുടെ മാതൃഭാഷകളുടെ വളർച്ചയ്ക്ക് ഒട്ടേറെ സഹായകമായി. ഇതിനു പുറമെ, അന്നത്തെ പ്രാദേശിക ഭാഷാപ്രസിദ്ധീകരണങ്ങളെയും ഇവിടെ ഓർക്കേണ്ടതുണ്ട്.

വിദ്യാസാഗർ, തന്റെ വിദ്യാഭ്യാസ പദ്ധതിയിൽ, മാതൃഭാഷതന്നെയായിരിക്കണം പഠനമാധ്യമം എന്ന് നിഷ്കർഷിച്ചു. അദ്ദേഹത്തിന്റെ കൽക്കട്ടയിലെ സംസ്കൃതകോളേജിൽനിന്നും പഠിച്ചിറങ്ങുന്ന യുവാക്കൾ ബംഗാളി ഭാഷയിൽ അഗാധപാണ്ഡിത്യം നേടിയിരിക്കണമെന്ന് അദ്ദേഹത്തിന് നിർബന്ധമുണ്ടായിരുന്നു.

നവോത്ഥാനത്തിന്റെ പരിമിതികൾ

ഇത്രയെല്ലാമായിട്ടും അഭ്യസ്തവിദ്യരും ഉദാത്തമായ ആശയങ്ങളും ലക്ഷ്യങ്ങളും ആഗ്രഹങ്ങളും വച്ചുപുലർത്തിയിരുന്നവരുമായ ഒട്ടേറെ ഇന്ത്യക്കാർ ബഹുമുഖമായ പ്രവർത്തനങ്ങൾ നടത്തിയിട്ടും അന്നത്തെ ഇന്ത്യയിൽ ശാസ്ത്രപഠനമോ ജനകീയവിദ്യാഭ്യാസമോ ഒരു യാഥാർത്ഥ്യമായില്ല എന്ന് ചരിത്രകാരന്മാർ പറയുന്നു. തങ്ങളുടെ ഓരോരോ സംരംഭങ്ങൾക്കും അന്നത്തെ ബുദ്ധിജീവികൾ കൊളോണിയൽ ഗവണ്മെന്റിന്റെ സഹകരണത്തിനായി ശ്രമിച്ചിരുന്നു. പരസ്പരവിരുദ്ധമായ ലക്ഷ്യങ്ങളും പദ്ധതികളും വച്ചുപുലർത്തുന്ന രണ്ടു കൂട്ടർ ആയിരുന്നല്ലോ ഇവർ. അതിനാൽത്തന്നെ, വിജ്ഞാനപ്രസരണം എന്ന പ്രക്രിയ ഇന്ത്യയിൽ ഫലവത്തായി നടന്നില്ല. 19-ാം നൂറ്റാണ്ടിന്റെ തുടക്കത്തിൽത്തന്നെ ഇന്ത്യ കമ്പനി ഭരണത്തിൻ കീഴിൽ ഏതാണ്ട് പൂർണ്ണമായും വന്നുകഴിഞ്ഞിരുന്നുവല്ലോ; ധൈഷണികരുടെ ഒരു തലമുറ, കൊളോണിയൽ

ഇംഗ്ലീഷ് ഈസ്റ്റ്ഇന്ത്യാ കമ്പനി ആസ്ഥാനം

ദർശനത്തിനോട് പ്രതികരിക്കാൻ ശേഷിയുള്ള ഒരു തലമുറ ഇവിടെ വളർന്നുവരുന്നതിനു മുൻപുതന്നെ, ബ്രിട്ടീഷ് സാമ്രാജ്യത്വം തങ്ങളുടെ നില ഉറപ്പിച്ചു കഴിഞ്ഞിരുന്നു. മറ്റൊരു വസ്തുത ഈ ധൈഷണികരുടെ തലമുറയ്ക്ക് കൊളോണിയൽ കാലത്തിനു മുൻപുള്ള ഇന്ത്യയെക്കുറിച്ചുള്ള കാഴ്ചപ്പാടായിരുന്നു; ഇന്ത്യയിൽ സ്വേച്ഛാധിപത്യപരമായ രാഷ്ട്രീയവ്യവസ്ഥിതിയാണ് നിലനിന്നിരുന്നത് എന്നതാണ് അവരുടെ അനുമാനം. ഈ രാജ്യത്ത് നൂറ്റാണ്ടുകളോളം ഏകപക്ഷീയഭരണമാണുണ്ടായിരുന്നത്. മുൻകാലരാജാക്കന്മാരുടെ ഭരണം ദുർഭരണവും അടിച്ചമർത്തലിന്റെ ഭരണവുമായിരുന്നു എന്ന് സയ്യിദ് അഹമ്മദ് ഖാൻ എഴുതി. മുഗൾസാമ്രാജ്യത്തിന്റെ തകർച്ചക്കു ശേഷമുള്ള അനിശ്ചിതാവസ്ഥയും അരാജകത്വവും, ചെറുരാജ്യങ്ങളുടെ വളർച്ചയും തന്മൂലം ശക്തമായ ഒരു കേന്ദ്രീകൃതഭരണം ഇല്ലാതെ പോയതും ക്രമസമാധാനത്തകർച്ചയും - അങ്ങനെ ഒരുപാടു കാര്യങ്ങളായിരുന്നു ഇവരുടെ ഓർമ്മയിൽ.

ഇതിന്റെയൊക്കെ സ്ഥാനത്ത് കൊളോണിയൽ ഭരണം കൊണ്ടുവന്നതോ - നിയമവാഴ്ച, കോടതികൾ, ക്രമസമാധാനം, പൊലീസ്, ഭരണകൂടം, സ്വത്തിനും ജീവനും സംരക്ഷണം തുടങ്ങിയവയും ഇവയ്ക്കെല്ലാറ്റിനും പുറമെ പാശ്ചാത്യ വിജ്ഞാനവും. ബ്രിട്ടൻ എന്നത്, അന്നത്തെ വിദ്യാസമ്പന്നരായ ഇന്ത്യക്കാരെ സംബന്ധിച്ചിടത്തോളം ഒരു മാതൃകാരാജ്യമായിരുന്നു - ഭരണഘടനാപരമായ ഗവൺമെന്റിന്റെ നീണ്ട ചരിത്രമുള്ള ബ്രിട്ടൻ എല്ലാവർക്കും ഒരു മാതൃക മാത്രമല്ല, ജനാധിപത്യം എങ്ങനെ പ്രവർത്തിക്കുന്നു എന്ന് മനസ്സിലാക്കാനുള്ള ഒരു ഉദാഹരണവുമായിരുന്നു. ബ്രിട്ടൻ യൂറോപ്പിന്റെ വിമോചകനാണ് (റാം മോഹൻ റോയ്). പൗരാവകാശങ്ങളും ആധുനിക സാമ്പത്തികപുരോഗതിയും പാർലമെന്ററി ജനാധിപത്യവുമുള്ള രാജ്യമാണ് ബ്രിട്ടൻ (കേശബ് ചന്ദ്രസെൻ). റാം മോഹൻറോയിയുടെ അഭിപ്രായത്തിൽ, അവരുടെതന്നെ ഭാവിയുടെ ഒരു കണ്ണാടിയാണ് ബ്രിട്ടൻ. പൗരസ്വാതന്ത്ര്യത്താലും രാഷ്ട്രീയസ്വാതന്ത്ര്യത്താലും അനുഗ്രഹിക്കപ്പെട്ട രാജ്യമാണ് ബ്രിട്ടൻ.

കേശബ് ചന്ദ്രസെൻ ഉൾപ്പെടെ, 19-ാം നൂറ്റാണ്ടിലെ എല്ലാ ധൈഷണികരും ഒരുപോലെ വിശ്വസിച്ച മറ്റൊരു കാര്യം - ബ്രിട്ടീഷ് ഭരണം ഒരു (ദൈവത്താൽ) തിരഞ്ഞെടുക്കപ്പെട്ട ഉപകരണമാണ്, ദൈവകൽപ്പിതമായ ഒന്നാണ്, സമ്പൂർണ്ണമായ പരിവർത്തനം ഇന്ത്യയിൽ വരുത്തുകയാണ് അതിന്റെ ലക്ഷ്യം.

ബ്രിട്ടീഷ് സാമ്രാജ്യത്വത്തിന്റെയും ഇന്ത്യൻ ജനതയുടെയും താൽപ്പര്യങ്ങൾ, ലക്ഷ്യങ്ങൾ, തമ്മിലുള്ള വൈരുദ്ധ്യങ്ങളെ തിരിച്ചറിയുവാൻ അന്നത്തെ ധിഷണാശാലികൾക്കായില്ല; അതുകൊണ്ടുതന്നെ ആഗ്രഹിച്ച വൻപിച്ച മാറ്റങ്ങൾ - സാമൂഹികമായാലും മതപരമായാലും സാമ്പത്തികമായാലും - കൊളോണിയൽ ചട്ടക്കൂടിനകത്തു നിന്നുകൊണ്ട് സാധിക്കും എന്ന് അവർ പൂർണ്ണമായും വിശ്വസിച്ചു.

തങ്ങൾ വിഭാവനം ചെയ്ത മാറ്റങ്ങൾ ഈ ചട്ടക്കൂടിനകത്തുതന്നെ സംഭവിക്കുമെന്ന് അവർ കരുതി. ഈ തെറ്റായ ധാരണ വളരുവാൻ കാരണം പ്രഥമമായും കോളണി ഭരണകർത്താക്കൾ ഇവിടെ പ്രസരിപ്പിക്കുകയും ബുദ്ധിജീവിവർഗ്ഗം സ്വാംശീകരിക്കുകയും ചെയ്ത ബൂർഷ്വാ-ലിബറൽ ദർശനങ്ങളാണെന്ന് ചരിത്രകാരന്മാർ സമർത്ഥിക്കുന്നു. ഈ ധാരണ കൊണ്ടുതന്നെ, കോളണിഭരണത്തിന്റെ യഥാർത്ഥ സ്വഭാവം സൂക്ഷ്മമായി മനസിലാക്കുവാൻ അവർക്കു സാധിച്ചില്ല. അതുകൊണ്ട്, 19-ാം നൂറ്റാണ്ടിൽ, സാമൂഹ്യപരിഷ്കരണ പ്രവർത്തനത്തിലേർപ്പെട്ട ധൈഷണികവർഗ്ഗം ഇന്ത്യയിലെ പരമ്പരാഗത സമൂഹത്തോട് മല്ലിടുകയും, അതേ സമയം, ഇന്ത്യയുടെ പുരോഗതിക്കുതകുന്നതെന്ന് തോന്നുന്ന ആധുനിക ദർശനങ്ങളെ സ്വീകരിക്കാൻ ഇന്ത്യക്കാരെ പ്രേരിപ്പിക്കുകയും ചെയ്തുകൊണ്ടേയിരുന്നു.

രാജാ റാംമോഹൻറോയി

ഈ ധൈഷണികപ്രവർത്തനത്തിലെ ഒരു മുഖ്യവ്യക്തിയായിരുന്നു രാജാറാം മോഹൻ റോയ്. ജാതിയും പാരമ്പര്യവും മേൽക്കോയ്മ പുലർത്തിയ സമകാല ഇന്ത്യൻ സമൂഹത്തിന്റെ ദുരവസ്ഥയിൽ അദ്ദേഹം ഏറെ ദുഃഖിതനായിരുന്നു. അസംഖ്യം ജാതികളും ഉപജാതികളും കൊണ്ടുനിറഞ്ഞ ഹിന്ദുമതത്തിൽ ബഹുദൈവാരാധനയും ബിംബാരാധനയും അർത്ഥശൂന്യമായ ആചാരാനുഷ്ഠാനങ്ങളും അന്ധവിശ്വാസങ്ങളും നിറഞ്ഞു നിന്നിരുന്നു. അജ്ഞരായ സാധാരണ വിശ്വാസികളുടെ അന്ധവിശ്വാസങ്ങളെ ചൂഷണം ചെയ്തുകൊണ്ട് പുരോഹിതന്മാർ മതത്തെ വഞ്ചനയുടെ പ്രതിരൂപമാക്കി മാറ്റിയതു കണ്ട് റോയ് ദുഃഖിച്ചു. അന്ന് നിലനിന്നിരുന്ന ദാരിദ്ര്യം, സമൂഹത്തിലെ അസമത്വം, സമ്പത്തിന്റെ ചോർച്ച, സ്ത്രീകളുടെ പരിതാപകരമായ സ്ഥിതി ഇവയെക്കുറിച്ചെല്ലാം ബോധവാനാകുകയും ആഴത്തിൽ ചിന്തിക്കുകയും ഈ പ്രശ്നങ്ങൾക്കെല്ലാം പരിഹാരമാർഗ്ഗങ്ങളെന്തെന്ന് ചിന്തിക്കുകയും ചെയ്ത ഒരു വ്യക്തിയായിരുന്നുരാജാ റാംമോഹൻ റോയ്.

രാജാ റാംമോഹൻറോയ്

രാധാനഗർ എന്ന ബംഗാളിലെ ഒരു ചെറിയ ഗ്രാമത്തിൽ 1772-ലാണ് റാംമോഹൻ റോയ് ജനിച്ചത്. യുവാവായിരിക്കെത്തന്നെ, ബംഗാളിന് പുറത്ത് ധാരാളം സഞ്ചരിക്കുകയും ബംഗാളിക്കും

സംസ്കൃതത്തിനും ഹിന്ദിക്കും പുറമെ, ഒരു പിടി ഭാഷകൾ സ്വായത്തമാക്കുകയും ചെയ്തു റോയ്. പത്തു വർഷത്തോളം ഇംഗ്ലീഷ് ഈസ്റ്റ് ഇന്ത്യാ കമ്പനിയുടെ കീഴിൽ ജോലിചെയ്തു. ഒടുവിൽ 40-ാംവയസിൽ കമ്പനി ജോലി ഉപേക്ഷിച്ച്, തനിക്ക് ഏറ്റവും ഇഷ്ടപ്പെട്ട പ്രവൃത്തി മണ്ഡലത്തിലേക്ക് ഇറങ്ങി വന്നു - ജനസേവനത്തിന്. ഈ കാലത്തിനിടയിൽത്തന്നെ ധാരാളം വിഷയങ്ങളിൽ വായനയിലൂടെ അഗാധ പാണ്ഡിത്യം നേടിയിരുന്നു റോയ്. ഹൈന്ദവമതഗ്രന്ഥങ്ങളും വേദങ്ങളും ഉപനിഷത്തുക്കളും വായിച്ചറിഞ്ഞതിന് പുറമെ, *ഖുറാനും ബൈബിളും* ജൈനമതഗ്രന്ഥങ്ങളും എല്ലാംതന്നെ തന്റെ പഠനത്തിന് വിഷയമാക്കി. ഗ്രീക്ക് - ഹീബ്രു ഭാഷകൾ സ്വായത്തമാക്കിയശേഷം *ബൈബിൾ* വായിച്ചു മനസ്സിലാക്കുകയായിരുന്നു അദ്ദേഹം ചെയ്തത്. 1809-ൽ തന്റെ പ്രസിദ്ധമായ കൃതി അദ്ദേഹം പൂർത്തീകരിച്ചു - *Gift to Monotheists* - ഇതിൽ ഏകദൈവവിശ്വാസത്തിനനുകൂലമായും ബഹുദൈവാരാധനയ്ക്കെതിരായുമുള്ള തന്റെ ശക്തമായ വാദങ്ങൾ അദ്ദേഹം നിരത്തി.

എല്ലാ മതങ്ങളും അടിസ്ഥാനപരമായി ഒന്നാണെന്നും ബാഹ്യമായ രൂപങ്ങളിൽ മാത്രമാണ് വ്യത്യസ്തതകൾ കാണുന്നതെന്നും ഇതിന് കാരണം ഓരോ മതവും പ്രചരിക്കുന്ന സമൂഹത്തിന്റെ വ്യത്യസ്തതകൾ ആണെന്നും റോയ് മനസ്സിലാക്കിയിരുന്നു. ഈശ്വരവിശ്വാസം എന്നത് ലോകത്തിന് മുഴുവനായി ഒന്നേയുള്ളൂ. ഈ ഒന്നിന്റെ ദേശീയ പ്രതിരൂപങ്ങൾ മാത്രമാണ് ഹൈന്ദവ-ക്രിസ്ത്യൻ-ഇസ്ലാം ദൈവവിശ്വാസങ്ങൾ. ഈ ലോകൈകദർശനമാണ് വേദങ്ങളിലെ ഏകദൈവവിശ്വാസത്തെയും, ക്രിസ്തുമതത്തിലെ ഏകദൈവവിശ്വാസത്തെയും പിൻതാങ്ങുവാൻ അദ്ദേഹത്തെ പ്രേരിപ്പിച്ചത്. അതുപോലെതന്നെ, ഹിന്ദുമതത്തിലെ ബഹുദൈവാരാധനയെയും ക്രിസ്തുമതത്തിലെ ത്രിത്വത്തെയും അദ്ദേഹം എതിർക്കുകയും ചെയ്തു. എല്ലാ മതങ്ങളും കൂടി ഒന്നായി ലയിച്ചുചേർന്ന് ഒരൊറ്റ ലോകമതത്തിന്റെ സ്ഥാപനത്തിലേക്കെത്തിനിൽക്കും എന്ന് അദ്ദേഹം പറഞ്ഞിരുന്നില്ല; മറിച്ച്, ഓരോ ദേശത്തെയും ഈശ്വരവിശ്വാസങ്ങൾ അവയുടേതായ സവിശേഷതകളെ കാത്തുസൂക്ഷിച്ചുകൊണ്ട്, ലോകൈകദർശനങ്ങളുടെ വളർച്ചയ്ക്കു കളമൊരുക്കും എന്നാണ് അദ്ദേഹം അഭിപ്രായപ്പെട്ടത്. തന്റെ നാട്ടിൽ, ഹൈന്ദവമതത്തിന്റെ ജീർണ്ണിച്ച അവസ്ഥയെ അദ്ദേഹം കാണുകയായിരുന്നല്ലോ. ഒരു രാജ്യത്തിന്റെ മുഴുവൻ മുന്നോട്ടുള്ള പ്രയാണത്തിന് ഇതും ഒരു വൻവിഘാതമായി നിൽക്കുന്നതായി അദ്ദേഹം മനസ്സിലാക്കിയിരുന്നു.

കിഴക്കിന്റെയും പടിഞ്ഞാറിന്റെയും ചിന്താധാരകളുടെ സമ്മേളനത്തെയാണ് റോയ് പ്രതിനിധാനം ചെയ്തിരുന്നത്. പാശ്ചാത്യസംസ്കാരത്തിൽനിന്നും സ്വീകാര്യമായതിനെയൊക്കെ സ്വീകരിച്ചേ മതിയാകൂ എന്ന് അദ്ദേഹം കരുതി. അത് ഇന്ത്യൻ സമൂഹത്തിന്റെ പുനരുജ്ജീവനത്തിലേക്ക് നയിക്കും. തന്റെ രാജ്യക്കാർ ശാസ്ത്രീയമായ, വിവേകപൂർണമായ,

കാഴ്ചപ്പാട് സ്വീകരിക്കണമെന്നും മനുഷ്യന്റെ അന്തസ്സ് ഉയർത്തിപ്പിടിക്കണമെന്നും സമൂഹത്തിൽ സ്ത്രീപുരുഷ സമത്വം വേണമെന്നും റോയ് വാദിച്ചു. ഇതിന്റെയെല്ലാം അഭാവം ഇന്ത്യയുടെ പിന്നോക്കാവസ്ഥയ്ക്ക് കാരണങ്ങളാണെന്ന് അദ്ദേഹം വിശ്വസിച്ചു.

1814-ൽ കൽക്കട്ടയിൽ സ്ഥിരതാമസമാക്കിയതു മുതൽ തന്റെ നാട്ടിൽ പരക്കെ നിലനിന്നിരുന്ന മത-സാമൂഹിക തിന്മകൾക്കെതിരെ ഒരു സന്ധിയില്ലാസമരംതന്നെ റോയ് നടത്തി. ചിന്തയും പ്രവൃത്തിയും ഒരുപോലെ ഒരു നിരന്തരപ്രക്രിയയായി സ്വീകരിച്ച റോയ്, ധൈഷണികവും സൃഷ്ട്യുന്മുഖവുമായ പ്രവർത്തനത്തിലൂടെ ഇന്ത്യൻ സംസ്കാരത്തെയും ചിന്തയെയും പുനരുദ്ധരിക്കണം എന്ന് ആഗ്രഹിച്ചു. പാശ്ചാത്യസംസ്കാരത്തെ മുഴുവനായി ഇന്ത്യയുടെ മേൽ അടിച്ചേൽപ്പിക്കലാവരുത് അത്. പകരം, ഇവിടെ മാറ്റങ്ങളുണ്ടാകണം - സർവ പ്രവർത്തനമണ്ഡലങ്ങളിലും - ഇതിൽ എല്ലാംതന്നെ റോയ് തന്റേതായ പ്രവർത്തനം കാഴ്ചവച്ചു.

1. ആധുനികവിദ്യാഭ്യാസത്തിന്റെ പ്രചാരകന്മാരിൽ അഗ്രഗണ്യനായിരുന്നു റാംമോഹൻറോയ്. മനുഷ്യന്റെ ചിന്താമണ്ഡലത്തിന്റെ രൂപീകരണത്തിൽ വിദ്യാഭ്യാസത്തിന്റെ പ്രാധാന്യത്തെക്കുറിച്ച് റോയ്ക്ക് വ്യക്തമായ ധാരണയുണ്ടായിരുന്നു. പാശ്ചാത്യവിജ്ഞാനത്തിന്റെയും, ഇന്ത്യയിലെ പരമ്പരാഗതവിജ്ഞാനത്തിന്റെയും ഒരു മിശ്രണം ഇതിന് ആവശ്യമാണെന്ന് റോയ് വിശ്വസിച്ചിരുന്നു. വിവേകാനന്ദനും ബാലഗംഗാധര തിലകനും ജവഹർലാൽ നെഹ്റുവും ഒക്കെ ഇതേ അഭിപ്രായക്കാരായിരുന്നു. ആധുനിക ഇംഗ്ലീഷ് വിദ്യാഭ്യാസം, രാജ്യത്ത് പുരോഗമനാശയങ്ങൾ പരക്കുവാനുള്ള ഒരു ഉപാധിയായിത്തീരും എന്ന് റോയ് കരുതി. കൽക്കട്ടയിൽ താൻതന്നെ തുടങ്ങിയ ഇംഗ്ലീഷ് സ്കൂളിൽ മറ്റു വിഷയങ്ങൾക്കൊപ്പം മെക്കാനിക്സും വോൾട്ടയുടെ തത്ത്വചിന്തയും അദ്ദേഹം പാഠ്യവിഷയങ്ങളാക്കി. 1825-ൽ ഒരു വേദാന്തകോളേജും അദ്ദേഹം സ്ഥാപിച്ചു. അവിടെ, ഇന്ത്യൻ പാഠ്യവിഷയങ്ങൾക്കൊപ്പം പാശ്ചാത്യരീതിയിലുള്ള സാമൂഹിക-ശാസ്ത്രവിഷയങ്ങളും പഠിപ്പിച്ചിരുന്നു. ഇതിനിടെ തന്നെ, വേദങ്ങളിലെയും ഉപനിഷത്തുകളിലെയും, യഥാർത്ഥ തത്ത്വങ്ങൾ ബംഗാളികൾക്ക് മനസ്സിലാക്കി കൊടുക്കുവാനായി വേദങ്ങളുടെയും അഞ്ചു പ്രമുഖ ഉപനിഷത്തുകളുടെയും ബംഗാളി പരിഭാഷ അദ്ദേഹം പ്രസിദ്ധപ്പെടുത്തി.

ബാലഗംഗാധര തിലകൻ

സ്ത്രീവിദ്യാഭ്യാസത്തിനു വേണ്ടി അദ്ദേഹം ശക്തിയായി വാദിച്ചു. അവരുടെ സമൂഹത്തിലെ പദവി മെച്ചപ്പെടണമെങ്കിൽ അവർക്ക് ആധുനിക വിദ്യാഭ്യാസം ലഭിക്കണമെന്ന് അദ്ദേഹം പറഞ്ഞു.

ബംഗാളിലെ ധൈഷണികപ്രവർത്തനത്തിനും വിജ്ഞാനപ്രസരണത്തിനും ഉള്ള ഒരു ഉപാധിയായി ബംഗാളിഭാഷയെ രൂപപ്പെടുത്തണമെന്നും അദ്ദേഹം ആഗ്രഹിച്ചു. ബംഗാളി ഭാഷയ്ക്ക് ഒരു വ്യാകരണം എഴുതി. പുറമെ, തന്റെ പരിഭാഷകളിലൂടെയും ലഘുലേഖകളിലൂടെയും താൻ നടത്തിവന്ന ജേർണലുകളിലൂടെയും ബംഗാളിഭാഷയ്ക്ക് ഒരു പ്രൗഢമായ ആധുനികഗദ്യശൈലി വാർത്തെടുക്കുന്നതിന് അദ്ദേഹം സഹായിച്ചു. തന്റെ ഭാഷ അന്താരാഷ്ട്രഭാഷകളോട് കിടപിടിക്കുന്നതാകണം എന്നുള്ളതായിരുന്നു അദ്ദേഹത്തിന്റെ അഭിപ്രായം.

ഇന്ത്യയുടെ രാഷ്ട്രീയപുരോഗതിക്ക് തടസ്സങ്ങളായി നിൽക്കുന്ന സാഹചര്യങ്ങളെക്കുറിച്ചും അദ്ദേഹം ബോധവാനായിരുന്നു. തന്റെ ചിന്തകളിലും പ്രവൃത്തികളിലുംകൂടി അദ്ദേഹം തെളിയിച്ചത് ഒരു സ്വതന്ത്രവും പുതിയതുമായ ഇന്ത്യയെക്കുറിച്ചുള്ള തന്റെ ഭാവനകളായിരുന്നു. ഇന്ത്യൻ ദേശീയത്വത്തിന്റെ ആദ്യത്തെ സ്പന്ദനങ്ങൾ റാം മോഹൻ റോയിയിൽക്കൂടി നമുക്ക് കാണാമായിരുന്നു. ഇന്ത്യൻ മതങ്ങളിൽനിന്നും സമൂഹത്തിൽനിന്നും ദുഷിച്ച അംശങ്ങളെ പറിച്ചു മാറ്റുകവഴിയും, ഏകദൈവാരാധന എന്ന വേദാന്തതത്ത്വം പ്രചരിപ്പിക്കുക വഴിയും വെവ്വേറെയായി, വിവിധ സമൂഹങ്ങളായി, ജാതികളായി നിലകൊണ്ടിരുന്ന ഇന്ത്യൻ സമൂഹത്തിന്റെ സ്ഥാനത്ത്, ഒരു ഒറ്റ ഇന്ത്യൻ സമൂഹം എന്ന ആശയത്തിന് അടിത്തറയിടുവാൻ അദ്ദേഹം ശ്രമിച്ചു. ജാതിവ്യവസ്ഥയുടെ കാർക്കശ്യം നമുക്കിടയിലെ ഐക്യം ഇല്ലാതാക്കാൻ കാരണമായി എന്ന് അദ്ദേഹം

സതി

ഉറച്ചു വിശ്വസിച്ചു. ജാതിവ്യവസ്ഥ രണ്ടുതരത്തിൽ തിന്മയാണ് - ഒന്ന്, അത് അസമത്വം സൃഷ്ടിച്ചു എന്നത്. രണ്ട്, അത് ജനങ്ങളെ വിഭജിച്ചു, അവരിൽ രാജ്യസ്നേഹം എന്ന വികാരം വളരുവാനുള്ള സാധ്യത ഇല്ലാതാക്കി. അതുകൊണ്ട്, റോയിയുടെ അഭിപ്രായത്തിൽ, മതപരിഷ്കരണത്തിന്റെ ലക്ഷ്യം, രാജ്യത്തിന്റെ രാഷ്ട്രീയ ഉന്നതികൂടിയായിരുന്നു.

ഇന്ത്യൻ പത്രപ്രവർത്തനത്തിന്റെയും ഒരു തുടക്കക്കാരനായിരുന്നു റോയ്. പ്രാദേശികഭാഷകളിൽ പ്രസിദ്ധീകരിക്കുന്ന ആനുകാലികങ്ങൾ തങ്ങളുടെ ആശയങ്ങളുടെ പ്രസരണത്തിന് ഏറ്റവും ഫലപ്രദമായ സരണികളാണെന്ന് അന്നത്തെ വൈജ്ഞാനികവർഗ്ഗത്തിന് അറിയാമായിരുന്നു. റാംമോഹൻ റോയിയുടെ *സംബദ് കൗമുദി*, യംഗ് ബംഗാളിന്റെ *ജ്ഞാനാന്വേഷൺ*, ദേബേന്ദ്രനാഥ് ടാഗോറും അക്ഷയ് കുമാർ ദത്തും ചേർന്നിറക്കിയ *തത്ത്വബോധിനി പത്രിക*, കേശബ് ചന്ദ്രസെന്നിന്റെ *സമാചാർ* എന്നിവ ബംഗാളിലും ബാൽ ശാസ്ത്രി ജംബേകറിന്റെ *ദിഗ് ദർശൻ*, *ബോംബെ ദർപൺ*, ഭാവു മഹാജന്റെ *പ്രഭാകർ*, ദാദാഭായ് നവറോജിയുടെ *രാസ്ത ഗോഫ്താർ* എന്നിവ ബോംബെയിലും വീരേശലിംഗത്തിന്റെ *വിവേകവർധിനി,* ബച്ചയ്യാ പന്തലുവിന്റെ *ഹിന്ദുജനസംസ്കരിണി* എന്നിവ ആന്ധ്ര പ്രദേശിലും ഈ മേഖലയിൽ തുടക്കക്കാരായ പ്രസിദ്ധീകരണങ്ങളായിരുന്നു. റോയ്, തന്റെ പ്രസിദ്ധീകരണങ്ങളിലൂടെ വർത്തമാനകാല പ്രാധാന്യമുള്ള വിഷയങ്ങളിൽ പൊതുജനാഭിപ്രായം ഉണ്ടാക്കുവാനും സമൂഹത്തിന്റെ ആവശ്യങ്ങളെയും ആവലാതികളെയും ഭരണകൂടത്തിനു മുന്നിൽ എത്തിക്കുവാനും ശ്രമിച്ചു. രാഷ്ട്രീയപ്രാധാന്യമുള്ള വിഷയങ്ങളിൽ പൊതുജന പ്രക്ഷോഭം ഉണ്ടാവുക എന്നതിന്റെ തുടക്കക്കാരനായിക്കൂടി റോയിയെ കണക്കാക്കാം. കർഷകരെ ദുരിതത്തിലാഴ്ത്തിയ ബംഗാളിലെ ജമീന്ദാർമാരുടെ ക്രൂരമായ നടപടികളെയും ചട്ടങ്ങളെയും അദ്ദേഹം വിമർശിച്ചു. യഥാർത്ഥ കൃഷിക്കാരൻ കൊടുക്കേണ്ടുന്ന ഏറ്റവും കൂടിയ പാട്ടത്തുക, ശാശ്വതമായി നിശ്ചയിക്കണമെന്ന് അദ്ദേഹം ആവശ്യപ്പെട്ടു. എങ്കിൽ മാത്രമേ 1793-ലെ ശാശ്വതഭൂനികുതിവ്യവസ്ഥയിലെ ഗുണവശങ്ങൾ അവർക്കും അനുഭവിക്കാനാകൂ. കമ്പനിയുടെ കച്ചവടക്കുത്തകാവകാശങ്ങൾ റദ്ദു ചെയ്യണമെന്നും ഇന്ത്യൻ ചരക്കുകൾക്കുമേലെ ചുമത്തിയ അമിതമായ കയറ്റുമതിച്ചുങ്കം എടുത്തു കളയണമെന്നും അദ്ദേഹം

ദേബേന്ദ്രനാഥ് ടാഗൂർ

ദാദാബായ് നവറോജി

ആവശ്യപ്പെട്ടു. കൂടാതെ ഉയർന്ന ഉദ്യോഗങ്ങളിൽ വിദ്യാഭ്യാസയോഗ്യത നേടിയ ഇന്ത്യക്കാരെ നിയമിക്കണമെന്നും എക്സിക്യുട്ടീവും ജുഡീഷ്യറിയും വേർതിരിക്കണമെന്നും ജൂറി വിചാരണരീതി നടപ്പിൽ വരുത്തണമെന്നും ഇന്ത്യക്കാരും യൂറോപ്യൻമാരും തമ്മിൽ നീതിന്യായതലത്തിൽ സമത്വം വേണമെന്നും അദ്ദേഹം ആവശ്യപ്പെട്ടു.

രാഷ്ട്രീയമായി, ഒരു അന്താരാഷ്ട്രദർശനം റോയി വച്ചുപുലർത്തിയിരുന്നു. രാജ്യങ്ങൾ തമ്മിൽ ഉണ്ടാകേണ്ട സ്വതന്ത്രമായ സഹകരണം അദ്ദേഹം ആഗ്രഹിച്ചിരുന്നു. കവി രബീന്ദ്രനാഥ ടാഗോറിന്റെ അഭിപ്രായത്തിൽ, റോയിയുടെ കാലത്ത് ഈ മാനവരാശിയിൽത്തന്നെ, ആധുനിക യുഗത്തിന്റെ പ്രാധാന്യം പൂർണ്ണമായും മനസ്സിലാക്കിയ ഒരേയൊരു വ്യക്തിയായിരുന്നു റാംമോഹൻ റോയ്.

മനുഷ്യസംസ്കാരത്തിന്റെ ഏകമായ ദർശനം എന്നത് സ്വാതന്ത്ര്യത്തിന്റെ ഒറ്റപ്പെടലിലല്ല കിടക്കുന്നത്, മറിച്ച് വ്യക്തികൾ തമ്മിലും രാജ്യങ്ങൾ തമ്മിലും ചിന്തയുടെയും പ്രവൃത്തിയുടെയും സർവമണ്ഡലങ്ങളിലുമുള്ള പരസ്പര ആശ്രയത്വത്തിന്റെ സഹോദരഭാവത്തിലാണ്. ലോകമെമ്പാടും നടക്കുന്ന രാഷ്ട്രീയസംഭവവികാസങ്ങളിൽ റോയ് താൽപ്പര്യം കാണിച്ചിരുന്നു. എവിടെയും സ്വാതന്ത്ര്യം, ജനാധിപത്യം, ദേശീയത എന്നീ ആശയങ്ങളെ അനുകൂലിക്കുകയും ഏതു രൂപത്തിലുമുള്ള അനീതിയെയും അടിച്ചമർത്തലിനെയും ദുർഭരണത്തെയും എതിർക്കുകയും ചെയ്തു. റോയ് 1821-ലെ നേപ്പിൾസിലെ വിപ്ലവത്തിന്റെ പരാജയത്തിൽ ദുഃഖിച്ചതും 1823-ലെ സ്പാനിഷ് അമേരിക്കൻ വിപ്ലവത്തിന്റെ വിജയം ആഘോഷിക്കാനായി പൊതുവിരുന്ന് നൽകിയതും ഇതിന്റെ ഫലമാണ്.

രബീന്ദ്രനാഥ് ടാഗൂർ

അക്കാലത്ത് ജീവിച്ചിരുന്ന

ഒട്ടുമിക്ക ബുദ്ധിജീവികളെയും പോലെ, റാംമോഹൻ റോയിയുടെയും രാഷ്ട്രീയദർശനത്തിൽ ജനാധിപത്യപരവും ഭരണഘടനാപരവുമായ വ്യവസ്ഥകൾക്കായിരുന്നു സ്വീകാര്യത. അവരുടെ സാമ്പത്തിക ദർശനത്തിലാകട്ടെ, ആധുനിക വ്യാവസായിക പുരോഗതിയായിരുന്നു അഭികാമ്യമായ ലക്ഷ്യം. റോയിയുടെ അഭിപ്രായത്തിൽ സ്വാതന്ത്ര്യത്തിന്റെ (വിമോചനത്തിന്റെ) ശത്രുക്കളും സ്വേഛാധിപത്യത്തിന്റെ മിത്രങ്ങളും ഒരിക്കലും അന്തിമ വിജയം നേടിയിട്ടില്ല, നേടുകയുമില്ല. ഈ രാജ്യത്ത് കൊളോണിയൽ ഭരണം സ്ഥാപിച്ച ഇംഗ്ലണ്ടിനെക്കുറിച്ച് റോയിക്കും മറ്റു ധൈഷണികർക്കും നല്ല അഭിപ്രായമായിരുന്നു. ഇംഗ്ലണ്ട് എങ്ങനെയുള്ള രാജ്യമാണ്? പൗരസ്വാതന്ത്ര്യവും രാഷ്ട്രീയ സ്വാതന്ത്ര്യവും ജനതയ്ക്ക് അനുഭവിക്കാനുള്ള ഭാഗ്യം സിദ്ധിച്ച രാജ്യം, സ്വാതന്ത്ര്യവും സമൂഹത്തിൽ സന്തോഷവും പരിപോഷിപ്പിക്കുവാൻ താൽപ്പര്യം കാട്ടുന്ന രാജ്യം. അതുപോലെ തന്നെ, സാഹിത്യ - മത - വിഷയങ്ങളിൽ, സ്വതന്ത്രമായ ചിന്താഗതിക്ക് തടയണയിടാത്ത രാജ്യം. അവിടെനിന്നും വന്ന്, ഇവിടെ ഭരണം നടത്തുന്ന ഇംഗ്ലീഷുകാരുടേതായ ഇംഗ്ലീഷ് ഈസ്റ്റ് ഇന്ത്യാ കമ്പനിയുടെ ഭരണത്തിൽ ചില അപാകതകളുണ്ട്. അവയെ റോയ് ചൂണ്ടിക്കാണിക്കുകയാണ് ചെയ്തത്. ഭൂനികുതി കാര്യത്തിലും ജുഡീഷ്യൽ ഭരണത്തിലും ഒക്കെത്തന്നെ ചില ദോഷവശങ്ങളുണ്ട് എന്ന് അദ്ദേഹം അഭിപ്രായപ്പെട്ടു.

ഇന്ത്യൻ സ്ത്രീകളുടെ സമൂഹത്തിലെ സ്ഥിതി മെച്ചപ്പെടുത്തുവാനുള്ള റോയിയുടെ പരിശ്രമങ്ങളും ശ്രദ്ധേയമാണ്. സ്ത്രീ പുരുഷന് കീഴ്പ്പെട്ടവളാണ് എന്നുള്ള അന്നത്തെ ചിന്താഗതിയെ അദ്ദേഹം എതിർത്തു. ബഹുഭാര്യാത്വത്തെ നിശിതമായി കുറ്റപ്പെടുത്തി. അതുപോലെ തന്നെ വിധവകൾക്ക് നൽകപ്പെട്ട വിലകുറഞ്ഞ സ്ഥാനത്തേയും. സ്ത്രീകൾ വിദ്യാഭ്യാസം നേടണമെന്ന് അദ്ദേഹം എന്നും പറഞ്ഞിരുന്നു. സ്ത്രീകളുടെ പദവി ഉയർത്തുവാനായി, അവർക്ക് പരമ്പരാവകാശവും സ്വത്തവകാശവും നൽകണമെന്ന് അദ്ദേഹം വാദിച്ചു. ഇന്ത്യൻ സമൂഹം അതിന്റെയുള്ളിൽ നിന്നു തന്നെ അടിമുടി പരിഷ്കരണത്തിന് തയ്യാറാകണമെന്ന് അദ്ദേഹം കരുതി. സാമൂഹിക അനാചാരങ്ങൾക്ക് എതിരായുള്ള തന്റെ ആജീവനാന്ത പോരാട്ടത്തിന് ഉത്തമ ഉദാഹരണമാണ് സ്ത്രീകൾ സതിയാവുക എന്ന മൃഗീയമായ ആചാരത്തിനെതിരെ റോയ് സംഘടിപ്പിച്ച/നടത്തിയ/ചരിത്രപരമായ പ്രക്ഷോഭം. 1818-ൽ തുടങ്ങി ഈ പ്രശ്നത്തിലേക്ക് പൊതുജന ശ്രദ്ധ തിരിച്ചുവിടാൻ അദ്ദേഹം നിരന്തരം ശ്രമിച്ചു. ഹിന്ദുമതത്തിലെ പ്രാചീന ഗ്രന്ഥങ്ങളെ ഉദ്ധരിച്ചുകൊണ്ട്, സതിയാവുക എന്ന അനാചാരം ആ മതത്തിൽ സമ്മതിക്കപ്പെട്ടിരുന്നില്ല എന്ന് വാദിച്ചു. അതേസമയം, സമൂഹത്തിന്റെ മനുഷ്യത്വം, വിവേകം, ഭൂതദയ എന്നീ വികാരങ്ങളെ ഉണർത്തുവാനും റോയ് ശ്രമിച്ചു. കൽക്കട്ടയിലെ ചിതാഘട്ടങ്ങളിൽ ചെന്ന്, നിർബന്ധപൂർവം വിധവകളെ ആത്മാഹുതി ചെയ്യിക്കാനൊരുങ്ങുന്ന അവരുടെ ബന്ധുക്കളെ ആ ഹീനമായ ഉദ്യമത്തിൽനിന്നും പിന്തിരിപ്പിക്കുവാൻ അദ്ദേഹം ശ്രമിച്ചു. സമാന ചിന്താഗതിക്കാരായ കുറേപ്പേരെ തന്റെയൊപ്പം

ചേർത്ത് അവരോട് ജാഗരൂകത പുലർത്താനും പെൺകുട്ടികളെ 'സതി' യാക്കുവാനുള്ള ശ്രമങ്ങളെ ചെറുത്ത് തോൽപ്പിക്കുവാനും റോയ് പറഞ്ഞു. ബെന്റിക് പ്രഭു 'സതി' നിർത്തലാക്കിക്കൊണ്ട് പുറപ്പെടുവിച്ച ഉത്തരവിനെ ബ്രിട്ടീഷ് പാർലമെന്റ് പിൻതാങ്ങരുതെന്ന് അപേക്ഷിച്ചുകൊണ്ട്, ബംഗാളിലെയും മറ്റും യാഥാസ്ഥിതിക ബ്രാഹ്മണർ പാർലമെന്റിലേക്ക് പെറ്റീഷൻ അയച്ചതറിഞ്ഞ് റാംമോഹൻ റോയ് ബെന്റിക് പ്രഭുവിന്റെ തീരുമാനത്തെ അനുകൂലിച്ചുകൊണ്ട്, ബംഗാളിലെ ഉൽപ്പതിഷ്ണുക്കളായ ഹിന്ദുക്കളുടെ സഹായത്തോടെ ഒരു എതിർ പെറ്റീഷൻ സമർപ്പിക്കുക കൂടി ചെയ്തു.

1829-ൽ റാംമോഹൻ റോയ് കൽക്കട്ടയിൽ ബ്രഹ്മസഭ (ബ്രഹ്മസമാജ്) സ്ഥാപിച്ചു. ഇതിന്റെ ലക്ഷ്യം ഹിന്ദുമതത്തെ ശുദ്ധീകരിക്കുക എന്നതായിരുന്നു. മനുഷ്യന്റെ അന്തസ്സ് ഉയർത്തിപ്പിടിക്കുക, ഏകദൈവ വിശ്വാസം പ്രചരിപ്പിക്കുക, ബിംബാരാധനയെ എതിർക്കുക, സതി' പോലെയുള്ള അനാചാരങ്ങളെ എതിർക്കുക തുടങ്ങിയവയായിരുന്നു ബ്രഹ്മസമാജിന്റെ മുഖ്യ പ്രവർത്തനങ്ങൾ. ഹിന്ദുമതത്തിലെ മാത്രമല്ല മറ്റു മതങ്ങളിലെയും വിവേകത്തിന് നിരക്കുന്ന തത്ത്വങ്ങൾ ഉൾക്കൊള്ളണം എന്ന നിലപാടായിരുന്നു ഈ സംഘടനയ്ക്കുണ്ടായിരുന്നത്. തെറ്റും ശരിയും തിരിച്ചറിയാൻ കഴിവുള്ള മനുഷ്യൻ വേദങ്ങളെയും ഉപനിഷത്തുക്കളെയും പോലും ആ വിവേകത്തിന്റെ കണ്ണുകൾ കൊണ്ടേ കാണാവൂ എന്ന് റോയ് പ്രഖ്യാപിച്ചു. ഇന്ത്യൻ മതങ്ങളിൽ മാത്രമല്ല, ക്രിസ്തുമതമടക്കം മറ്റു ലോകമതങ്ങളിലും, മനുഷ്യന്റെ വിവേകശക്തിക്ക് നിരക്കാത്ത തത്ത്വങ്ങൾ ഉണ്ടെങ്കിൽ അവയെ നിരാകരിക്കണമെന്നും അദ്ദേഹം പറഞ്ഞു.

വില്യം ബെന്റിക്

കിഴക്കിന്റേതായാലും പടിഞ്ഞാറിന്റേതായാലും ഉത്തമമായതിനെ മാത്രം സ്വീകരിക്കണമെന്നും, അവ്വിധത്തിൽ മാത്രമേ, സമൂഹത്തിന് മുന്നോട്ടു നീങ്ങാനാകൂ എന്നും റോയി വിശ്വസിച്ചു. ജാതിവ്യവസ്ഥയിലെ ദുരാചാരങ്ങളെ എതിർക്കുകവഴി, ബംഗാളിലെ യാഥാസ്ഥിതിക ഹിന്ദുക്കളുടെ ബദ്ധശത്രുവായി മാറി റോയി. അദ്ദേഹത്തിന് അവർ സമൂഹഭ്രഷ്ട് കൽപ്പിച്ചു. ഇതിൽ അദ്ദേഹത്തിന്റെ മാതാവുപോലും അവരോടൊപ്പം ചേർന്നു. എങ്കിലും തീർത്തും നിർഭയനായിത്തന്നെ റോയ് നിലകൊണ്ടു.

തന്റെ രാജ്യത്തോടും അതിലെ ജനങ്ങളോടും അളവറ്റ സ്നേഹം വച്ചുപുലർത്തിയ ഒരു വ്യക്തിയായിരുന്നു റാം മോഹൻ റോയ്. അതുകൊ

ണ്ടുതന്നെ, തന്റെ ജനതയുടെ സാമൂഹികവും മതപരവും രാഷ്ട്രീയവും ധൈഷണികവും ആയ ഉയിർത്തെഴുന്നേൽപ്പ് അദ്ദേഹം കാംക്ഷിച്ചു. തന്റെ ജീവിതകാലം മുഴുവൻ അതിനായി അക്ഷീണം പ്രവർത്തിക്കുകയും ചെയ്തു.

ഈശ്വരചന്ദ്ര വിദ്യാസാഗർ

19-ാം നൂറ്റാണ്ടിന്റെ ആദ്യപകുതിയിൽ ജീവിച്ചിരുന്ന സ്മരിക്കപ്പെടേണ്ട മറ്റൊരു ഉജ്ജ്വല വ്യക്തിയാണ് ഈശ്വരചന്ദ്ര വിദ്യാസാഗർ. സംസ്കൃത പണ്ഡിതനായ വിദ്യാസാഗറിന് പാശ്ചാത്യ ചിന്താധാരയിലെ നല്ല വശങ്ങളോട് ബഹുമാനമുണ്ടായിരുന്നു. നിർഭയനായ അദ്ദേഹം താൻ ഉയർത്തിപ്പിടിക്കുന്ന ആദർശങ്ങൾ ജീവിതത്തിലും നടത്തിക്കാട്ടിയ ഒരു വ്യക്തിയായിരുന്നു. ലളിതജീവിതം ഇഷ്ടപ്പെട്ടിരുന്ന വിദ്യാസാഗറിന് പാവപ്പെട്ടവരോടും അടിച്ചമർത്തപ്പെട്ടവരോടും എന്തെന്നില്ലാത്ത ഭൂതദയ ഉണ്ടായിരുന്നു.

കൽക്കട്ടയിൽ, താൻ പ്രിൻസിപ്പളായി പദവി അലങ്കരിച്ച സംസ്കൃത കോളേജിൽ അദ്ദേഹം അബ്രാഹ്മണ വിദ്യാർത്ഥികൾക്കും പ്രവേശനം നൽകി. സംസ്കൃത പഠനം ഒരു വർഗ്ഗത്തിന്റെ മാത്രം കുത്തകയല്ലെന്ന് അദ്ദേഹം വിശ്വസിച്ചു. സംസ്കൃതഭാഷാപഠനരീതിക്ക് വിദ്യാസാഗർ തന്റേതായ സംഭാവന നൽകിയിട്ടുണ്ട്. ഒപ്പം, തന്റെ സാഹിത്യസൃഷ്ടികളിലൂടെ ബംഗാളി ഭാഷയ്ക്ക് ഒരു ആധുനിക ഗദ്യശൈലി രൂപപ്പെടുത്തിയെടുക്കുന്നതിലും അദ്ദേഹം പങ്കുചേർന്നു.

ബംഗാളികൾ ഈശ്വരചന്ദ്ര വിദ്യാസാഗറിനെ ഓർക്കുന്നത് അദ്ദേഹത്തിന്റെ മഹത്തായ ഒരു പ്രവർത്തനത്തിലൂടെയാണ്. ഇന്ത്യയിലെ അടിച്ചമർത്തപ്പെട്ട സ്ത്രീത്വത്തിന്റെ ഉയിർത്തെഴുന്നേൽപ്പിനായി അദ്ദേഹം ചെയ്ത സേവനമാണ് അത്. വിധവാ പുനർവിവാഹം നിയമവിധേയമാക്കുന്നതിനായി ദീർഘമായ സമരംതന്നെ അദ്ദേഹം നടത്തി. തന്റെ എല്ലാ കഴിവുകളും ഉപയോഗിച്ച് അത് നടപ്പിലാക്കിക്കിട്ടുവാൻ അദ്ദേഹം ശ്രമിച്ചു. ബംഗാൾ, മദ്രാസ്, ബോംബെ തുടങ്ങിയ നഗരങ്ങളിൽനിന്നെല്ലാം എണ്ണമറ്റ പെറ്റീഷനുകൾ ഇക്കാര്യത്തിനായി ബ്രിട്ടീഷിന്ത്യാ ഗവൺമെന്റിന് സമർപ്പിക്കപ്പെട്ടു. ഒടുവിൽ 1855-ൽ വിധവാ പുനർവിവാഹം നിയമാനുസൃതമാക്കിക്കൊണ്ട് ബ്രിട്ടീഷിന്ത്യാ ഗവൺമെന്റ് ഉത്തരവിറക്കി. 1856-ൽ ഇന്ത്യയിലെ ഹിന്ദുക്കൾക്കിടയിൽ ഉയർന്ന ജാതിയിൽപ്പെട്ടവരിലെ ആദ്യത്തെ വിധവാ പുനർവിവാഹം നിയമവിധേയമായി നടന്നു.1856-നും 60-നുമിടയ്ക്ക് ഇരുപത്തിയഞ്ചോളം

വിധവാ പുനർവിവാഹങ്ങൾ വിദ്യാസാഗർ നടത്തിച്ചു. യാഥാസ്ഥിതിക ഹിന്ദുക്കളിൽനിന്നുള്ള കടുത്ത എതിർപ്പുണ്ടായിട്ടും തന്റെ ജീവനുതന്നെ അപകടം സംഭവിക്കുമെന്ന് അറിഞ്ഞിട്ടും അദ്ദേഹം പിൻവാങ്ങിയില്ല. തുടർന്ന് ബാലവിവാഹത്തിനെതിരെ വിദ്യാസാഗർ പ്രതിഷേധം ഉയർത്തി. അതുപോലെ തന്റെ ജീവിതകാലം മുഴുവനും ബഹുഭാര്യത്വത്തിനെതിരെ പ്രക്ഷോഭം സംഘടിപ്പിക്കുകയും സ്ത്രീവിദ്യാഭ്യാസത്തിനുവേണ്ടി വാദിക്കുകയും ചെയ്തു അദ്ദേഹം. കമ്പനിയുടെ കീഴിൽ, ഇൻസ്പെക്ടർ ഓഫ് സ്കൂൾ എന്ന പദവിയിലിരുന്നുകൊണ്ട്, മുപ്പത്തി അഞ്ചോളം വിദ്യാലയങ്ങൾ - പെൺകുട്ടികൾക്കു മാത്രമായുള്ളവ - തുടങ്ങിവയ്ക്കാൻ വിദ്യാസാഗറിന് സാധിച്ചു. 1849-ൽ കൽക്കട്ടയിൽ ബെത്തൂൺ സ്കൂൾ സ്ഥാപിതമായതും വിദ്യാസാഗറിന്റെ പരിശ്രമഫലമായിട്ടായിരുന്നു.

യങ് ബംഗാൾ

1820-കളിലും മുപ്പതുകളിലും ബംഗാളിൽത്തന്നെ രൂപംകൊണ്ട ഒരു സാമൂഹ്യ-വിദ്യാഭ്യാസ പരിഷ്കരണപ്രസ്ഥാനമായിരുന്നു യങ് ബംഗാൾ. ഹെന്റി വിവിയൻ ഡെറോസിയോ എന്ന ചെറുപ്പക്കാരനായിരുന്നു ഇതിനു പിന്നിൽ. കൽക്കട്ടയിലെ ഹിന്ദു കോളേജിൽ അധ്യാപകനായിരിക്കെ തന്റെ ഉൽപ്പതിഷ്ണുത്വപരമായ ആശയങ്ങളുടെ പേരിൽ പുറത്താക്കപ്പെട്ടു. അദ്ദേഹം 22-ാം വയസ്സിൽ മരണമടഞ്ഞു . കമ്പനി ഭരണത്തെക്കുറിച്ചുള്ള ഏറ്റവും നാശകരമായ വിമർശനം അഴിച്ചുവിട്ടത് യംഗ് ബംഗാളിന്റെ അംഗങ്ങളാണ്. കമ്പനിയുടെ ജുഡീഷ്യൽ ഭരണം ഭരണനീതിക്കുതന്നെ നിരക്കാത്ത തരത്തിലാണെന്നും പൊലീസ് വ്യവസ്ഥിതി ഒരു തരത്തിലും വിശ്വാസം അർപ്പിക്കാൻ കൊള്ളാത്തതാണെന്നും അവർ എഴുതി.

ഇന്ത്യൻ സമൂഹത്തിലെ പഴകി ജീർണ്ണിച്ച ആചാരങ്ങളെയും മതചടങ്ങുകളെയും പാരമ്പര്യങ്ങളെയും യംഗ് ബംഗാൾ ആക്രമിച്ചു. സ്ത്രീകളുടെ വിദ്യാഭ്യാസത്തിനുവേണ്ടിയും അവകാശങ്ങൾക്കുവേണ്ടിയും അവർ ശക്തമായി വാദിച്ചു. സാധാരണക്കാരുടെ ഇടയിൽ വലിയ ചലനങ്ങൾ സൃഷ്ടിക്കാൻ ആയില്ലെങ്കിലും, തങ്ങളുടെ പ്രസിദ്ധീകരണങ്ങളിൽക്കൂടി ഇന്ത്യയുടെ സാമൂഹികവും സാമ്പത്തികവും രാഷ്ട്രീയവുമായ പ്രശ്നങ്ങളെക്കുറിച്ച് ഒരു അവബോധം സൃഷ്ടിക്കാൻ ഡെറോസിയൻസ് ശ്രമിച്ചിരുന്നു. പത്രസ്വാതന്ത്ര്യം വേണമെന്നും വിദേശത്തുള്ള ബ്രിട്ടീഷ് കോളനികളിലെ ഇന്ത്യൻ തൊഴിലാളികളുടെ സ്ഥിതി മെച്ചപ്പെടുത്തണമെന്നും കർഷകരെ ചൂഷകരായ ജമീന്ദാർമാരുടെ ക്രൂരതകളിൽനിന്നും മോചിതരാക്കണമെന്നും അഭ്യസ്തവിദ്യരായ ഇന്ത്യാക്കാരെ ഉയർന്ന ഉദ്യോഗങ്ങളിൽ നിയമിക്കണമെന്നും മറ്റുമുള്ള പൊതുതാൽപ്പര്യങ്ങൾക്കായി അവർ ജനാഭിപ്രായം സ്വരൂപിക്കാൻ ശ്രമിച്ചു.

ബ്രഹ്മസമാജത്തിന്റെ പ്രവർത്തനങ്ങൾ ബംഗാൾ പ്രവിശ്യയിൽ ഒതുങ്ങിനിന്നു. പ്രത്യേകിച്ചും റാം മോഹൻ റോയ് ഇംഗ്ലണ്ടിലേക്കു പോവു

കയും അവിടെ വെച്ച് 1833-ൽ അന്തരിക്കുകയും ചെയ്തശേഷം, സമാജത്തിന്റെ പ്രവർത്തനങ്ങൾ തീരെ മന്ദഗതിയിലായി. പിന്നീട്, ബ്രഹ്മസമാജത്തിന് പുതുജീവൻ വയ്ക്കുന്നത് ദേബേന്ദ്രനാഥ ടാഗോറിന്റെ വരവോടുകൂടിയാണ്. റോയിയുടെ ആശയങ്ങളെ പ്രചരിപ്പിക്കണം എന്ന ലക്ഷ്യത്തോടെ, ദേബേന്ദ്രനാഥ ടാഗോർ 1839-ൽ തത്ത്വബോധിനി സഭ സ്ഥാപിച്ചു. അധികം വൈകാതെതന്നെ കേശബ് ചന്ദ്രസെന്നും സമാജത്തിന്റെ പ്രവർത്തനത്തിൽ പങ്കുചേർന്നു. 1843-ൽ ബ്രഹ്മസമാജ് എന്ന പേരിൽത്തന്നെ സംഘടന സ്ഥാപിക്കുകയും വിധവാപുനർവിവാഹം, ബഹുഭാര്യത്വം നിർത്തലാക്കൽ, സ്ത്രീവിദ്യാഭ്യാസം, കർഷകരുടെ സ്ഥിതി മെച്ചപ്പെടുത്തൽ, മദ്യനിരോധനം എന്നീ പ്രശ്നങ്ങൾക്കായുള്ള പ്രവർത്തനം ഊർജ്ജിതപ്പെടുത്തി. ഒരു ജാതിരഹിതസമൂഹത്തെപ്പറ്റി വ്യക്തമായ കാഴ്ചപ്പാടുണ്ടായിരുന്നു കേശബ് ചന്ദ്രസെന്നിന്. ദൈവം എല്ലാവരുടെയും പിതാവാണ് എന്ന് വിശ്വസിക്കാമെങ്കിൽ, മനുഷ്യരെല്ലാം സഹോദരരാണ് എന്ന് വിശ്വസിക്കണം; അതിനാൽ, തന്റെ ഹൃദയത്തിനുള്ളിൽ, തന്റെ വീടിനുള്ളിൽ, യഥാർത്ഥ ദൈവത്തെ ആരാധിക്കുന്നവൻ ആരായാലും, തന്റെ രാജ്യക്കാരെ മുഴുവനും തന്റെ സഹോദരരായി അംഗീകരിക്കാൻ പഠിക്കണം. അത്തരത്തിലുള്ള ഒരു സമൂഹത്തിൽ ജാതിവ്യവസ്ഥ അപ്രത്യക്ഷമായിത്തീർന്നുകൊള്ളും - എന്ന് കേശബ് ചന്ദ്രസെൻ എഴുതി. അതുപോലെതന്നെ, തന്റെ ഒരു പ്രബന്ധത്തിൽ - '*മെൻ ഓഫ് കോൺസിക്വൻസ്*' - സമ്പത്ത് സൃഷ്ടിക്കുന്നത് ദരിദ്രരും എന്നാൽ അത് അനുഭവിക്കുന്നത് ധനികരും ആണെന്ന് അദ്ദേഹം എഴുതി. പാവപ്പെട്ടവരെ അഭിസംബോധന ചെയ്ത് അദ്ദേഹം എഴുതി:

> നിങ്ങളിൽ കൃഷിക്കാരും കൈവേലക്കാരുമായവർ ഒന്നുചേരുക, ഉണർന്നെഴുന്നേൽക്കുക; തങ്ങളുടെ സ്ഥിതി മെച്ചപ്പെടുത്തുവാനും, കുടിയാന്മാരുടെ നേർക്കുള്ള അതിക്രമത്തെയും ക്രൂരതയെയും അടിച്ചമർത്തലിനെയും ബലമായി തടയുവാനും ആവുന്നത്ര ശ്രമിക്കുക... ഇനിയും ഉറങ്ങരുത്... ഉണരുവാനുള്ള സമയമായി... നിങ്ങൾക്കുവേണ്ടി സംസാരിക്കുവാൻ ആരുമില്ല.

കേശബ് ചന്ദ്രസെൻ യുവബംഗാളികളുടെ സമാരാദ്ധ്യനായ നേതാവായി ഉയർന്നു. 1870-കളിൽ സമാജത്തിന്റെ പ്രവർത്തനം ഇന്ത്യാ ഉപഭൂഖണ്ഡത്തിന്റെ മിക്ക ഭാഗങ്ങളിലേക്കും വ്യാപിച്ചുകഴിഞ്ഞിരുന്നു. പക്ഷേ അപ്പോഴും അത് അഭ്യസ്തവിദ്യരായ മദ്ധ്യവർഗത്തെമാത്രം സ്പർശിച്ച ഒരു പ്രസ്ഥാനമായി നിലകൊണ്ടു. ആശയപരമായ അഭിപ്രായവ്യത്യാസങ്ങൾ കാരണം, കേശബ്ചന്ദ്രസെൻ സമാജത്തിന്റെ പ്രവർത്തനത്തിൽനിന്ന് പിന്തിരിഞ്ഞ് 1878-ൽ സമാജത്തിലെ ഉൽപ്പതിഷ്ണുക്കളായ കുറെപേർ സാധാരണബ്രഹ്മസമാജം സ്ഥാപിച്ചു.

സാധാരണസമാജക്കാർ, റാംമോഹൻറോയിയുടെ സാമൂഹ്യപരി

ഷ്കരണാശയങ്ങളെ ഉയർത്തിപ്പിടിച്ചുകൊണ്ട് പ്രവർത്തനം മുന്നോട്ടു കൊണ്ടുപോയി. 1891-ൽ അയിത്തജാതിക്കാരുടെ ക്ഷേമത്തിനായി 'ദാസ് ആശ്രമം' തുടങ്ങി. കൽക്കട്ടയിൽ പെൺകുട്ടികൾക്കായി ബ്രമ്മോ സ്കൂൾ തുറന്നു. കൂടാതെ ചെറിയ ആശുപത്രികളും അനാഥാലയങ്ങളും കുഷ്ഠരോഗികൾക്കായി അന്തേവാസകേന്ദ്രങ്ങളും തുടങ്ങുകയും അശരണരായ സ്ത്രീകൾക്ക് നിയമസഹായമെത്തിക്കുകയും ഗിരിവർഗ്ഗക്കാരുടെയിടയിൽ സേവനപ്രവർത്തനങ്ങൾ നടത്തുകയും ചെയ്തു. ബംഗാളിൽ ഊർജ്ജിതമായി പ്രവർത്തിച്ചതിന് പുറമെ, ആന്ധ്രയിൽ സാമൂഹ്യപരിഷ്കർത്താവായിരുന്ന വീരേശലിംഗത്തോടൊപ്പം ചേർന്നും ബാംഗ്ലൂരിൽ വിവിധ സന്നദ്ധസംഘടനകളോട് യോജിച്ചും തങ്ങളുടെ സാമൂഹ്യസേവന പ്രവർത്തനങ്ങൾ വിപുലമാക്കുന്നതിലും കൂടുതൽ പ്രയോജനകരമാക്കുന്നതിലും സാധാരണ സമാജക്കാർ ശ്രദ്ധപതിപ്പിച്ചു. സമാജത്തിന്റെ സന്ദേശങ്ങൾ ഇംഗ്ലണ്ടിലും അമേരിക്കയിലും വരെ എത്തിക്കാൻ അവർക്ക് കഴിഞ്ഞു. എന്നാൽ ഇത്രയൊക്കെയായിട്ടും സാധാരണസമാജവും താരതമ്യേന, എണ്ണപ്പെടുന്ന ധിഷണാശാലികൾക്കിടയിലുള്ള ഒരു പ്രവർത്തനസംഘമായി നിലകൊണ്ടു.

ബിജോയ്കൃഷ്ണ ഗോസ്വാമി

കിഴക്കൻ ബംഗാളിലെ ഒരു ഗ്രാമത്തിൽ 1841-ൽ ഒരു ബ്രാഹ്മണകുടുംബത്തിൽ ജനിച്ച ബിജോയ്കൃഷ്ണ ഗോസ്വാമി ബ്രഹ്മസമാജതത്ത്വങ്ങളാൽ ആകർഷിതനായി. തന്റെ പൂണൂൽ ഉപേക്ഷിച്ച്, ഹൈന്ദവവിശ്വാസങ്ങളെയും അനാചാരങ്ങളെയും ചോദ്യംചെയ്ത ഒരു വ്യക്തിയായിരുന്നു. എന്നാൽ പിന്നീട്, കേശബ്ചന്ദ്രസെന്നിനെപ്പോലെതന്നെ ഇദ്ദേഹവും ഭക്തിമാർഗ്ഗത്തിലേക്ക് തിരിഞ്ഞു. വൈഷ്ണവമതത്തിന്റെ വക്താവായിത്തീർന്നു.

പണ്ഡിറ്റ് ശിവ്നാരായൺ അഗ്നിഹോത്രിയും ദേവ്സമാജവും

ബ്രഹ്മസമാജാംഗമായി തുടങ്ങി, പിന്നീട് ദയാനന്ദസരസ്വതിയെ കണ്ടുമുട്ടി, തന്റെ നിരന്തരമായ മതപഠനത്തിനുശേഷം ഒരു നവീകരണപ്രസ്ഥാനത്തിന് തുടക്കമിട്ട അഗ്നിഹോത്രി 1850-ൽ ലാഹോറിലാണ് ജനിച്ചത്. ആര്യസമാജതത്ത്വങ്ങളെ എതിർത്തുകൊണ്ട് വിവിധ ഭാഷകളിൽ അദ്ദേഹം ലേഖനങ്ങൾ എഴുതി. താൻ സ്ഥാപിച്ച ദേവ്സമാജത്തിൽ അംഗങ്ങളായവർ ഒരു തരത്തിലുള്ള ജാതിച്ചട്ടങ്ങളും പാലിക്കരുത് എന്നും മിശ്രഭോജനവും മിശ്രവിവാഹവും സ്വീകരിക്കണമെന്നും അദ്ദേഹം പറഞ്ഞു. സ്ത്രീകൾക്ക് സമൂഹത്തിലെ പദവിയിൽ മാറ്റം വരണമെന്ന് വാദിച്ച അഗ്നിഹോത്രി, ബാലവിവാഹം ഇല്ലാതാക്കാനായി, പെൺകുട്ടികളുടെ വിവാഹപ്രായം 16 ആയും ആൺകുട്ടികളുടേത് 20

ആയും നിശ്ചയിക്കാൻ ശ്രമിച്ചു. അമിതമായി സ്ത്രീധനം നൽകുന്നതിനേയും സ്ത്രീകളെ നാലു ചുവരുകൾക്കുള്ളിൽ നിയന്ത്രിച്ചുനിർത്തുന്നതിനെയും നിരുത്സാഹപ്പെടുത്തി. വിധവാപുനർവിവാഹം സ്വീകാര്യമാണെന്ന് പ്രഖ്യാപിച്ചതിനുപുറമെ ഒരു വിധവയെത്തന്നെ സ്വന്തം പത്നിയാക്കി. സ്ത്രീവിദ്യാഭ്യാസത്തെ പരിപോഷിപ്പിക്കാനായി 1889-ൽ ഫിറോസ്പൂർ ജില്ലയിൽ ആൺ-പെൺ കുട്ടികൾക്കായി സ്കൂൾ തുറന്നു.

സമൂഹത്തിൽ വിപ്ലവകരമായ മാറ്റങ്ങൾ പ്രായോഗികമായ രീതിയിൽ നടപ്പിലാക്കാൻ ശ്രമിച്ച അഗ്നിഹോത്രിയുടെ ദേവ്സമാജം പഞ്ചാബിലെ അഭ്യസ്തവിദ്യരായ ഹിന്ദുക്കൾക്ക്-ബിരുദധാരികളും മജിസ്ട്രേട്ടുമാരും ഡോക്ടർമാരും വക്കീലൻമാരും ഭൂവുടമകളും സർക്കാരുദ്യോഗസ്ഥൻമാരും ഉൾപ്പെടുന്ന സമൂഹത്തിന്-അങ്ങേയറ്റം സ്വീകാര്യനായിത്തീർന്നു. സമാജത്തിന്റെ അംഗങ്ങളിൽ ഒരു ഗണ്യമായ ശതമാനം സ്ത്രീകൾ ആയിരുന്നു.

യാഥാസ്ഥിതികത്വത്തെ മുറുകെപ്പിടിക്കാനാഗ്രഹിച്ച കുറെപ്പേർ, ഹിന്ദുമതത്തെ അതിന്റെ എല്ലാ ആചാരാനുഷ്ഠാനങ്ങളോടുംകൂടി രക്ഷിച്ചുനിർത്തണമെന്ന ചിന്തയോടെ, വൈഷ്ണവഹിന്ദുമതസഖ്യമുണ്ടാക്കി. 1837-ൽ ജലന്ധറിൽ ജനിച്ച പണ്ഡിറ്റ്ശ്രദ്ധാറാമായിരുന്നു ഇതിന്റെ നായകൻ. യാഥാസ്ഥിതിക ഹൈന്ദവമതത്തെ കൈവിടരുതെന്നും നെറ്റിയിൽ കുങ്കുമം ചാർത്തി, കഴുത്തിൽ തുളസിമാലയണിഞ്ഞ് നടക്കണമെന്നും പ്രഖ്യാപിച്ച് ധ്യാനമന്ദിരവും വേദപാഠശാലയും സ്ഥാപിച്ചു. ക്രിസ്ത്യൻ മിഷണറിമാരുടെ പ്രവർത്തനത്തെ നഖശിഖാന്തം എതിർത്ത് പരിഹസിച്ചു. സിക്ക്, ഇസ്ലാംമതങ്ങൾക്കെതിരായും ശബ്ദമുയർത്തി. ശ്രദ്ധാരാമിന് പഞ്ചാബിലെ ബ്രാഹ്മണരുടെ പിന്തുണയും കിട്ടി. ഏതായാലും 1881-ൽ അദ്ദേഹത്തിന്റെ മരണത്തോടെ അനുയായികളില്ലാതെയായി, പ്രസ്ഥാനം നിന്നുപോയി.

സിങ്ങ് സഭ

നാംധാരിയുടെയും ശ്രദ്ധാറാമിന്റെയും പ്രവർത്തനങ്ങളും, ക്രൈസ്തവമിഷനറിമാരുടെ പഞ്ചാബിലെ സാന്നിദ്ധ്യവും സിക്ക് സമൂഹത്തെ വല്ലാതെ ഉലച്ചിരുന്നു. ഒപ്പംതന്നെ, പത്തൊമ്പതാം നൂറ്റാണ്ടിലെ പുരോഗമനാശയങ്ങളും യുക്തിചിന്തയും അവരെ സ്വാധീനിക്കുകയും ചെയ്തു. ഇതിന്റെയെല്ലാം ഫലമായി സിക്കുജനത ഉണർന്ന് പ്രവർത്തിച്ചു. 1873-ൽ അമൃത്സറിൽ 'സിങ്ങ് സഭ' രൂപീകൃതമായി. രണ്ടുലക്ഷ്യങ്ങളായിരുന്നു സിങ്ങ്സഭയ്ക്ക്-ഒന്ന്, ആധുനികവിദ്യാഭ്യാസത്തിൽക്കൂടി സിക്കുകാർക്ക് പാശ്ചാത്യ വിജ്ഞാനത്തിന്റെ മേന്മകൾ നേടിക്കൊടുക്കുക. രണ്ട്, ക്രൈസ്തവമിഷനറിമാരുടെ മതപരിവർത്തന പ്രവർത്തനങ്ങളെയും ഹിന്ദുമത പുനരുദ്ധാരണശ്രമങ്ങളെയും ചെറുക്കുക. സിക്കുമതത്തെ അതിന്റെ പൂർവ്വപരിശുദ്ധിയിലേക്ക് കൊണ്ടു

അമൃതസറിലെ ദുർഗാനന്ദക്ഷേത്രം

വന്ന് സിക്കുകാർക്ക് അവരുടേതായ തനതുവ്യക്തിത്വം ഉണ്ടാക്കിക്കൊടുക്കണമെന്ന് അവർ ആഗ്രഹിച്ചു. പഞ്ചാബിലുടനീളം സിങ്ങ്സഭക്കാർ സ്കൂളുകളുടെയും കോളേജുകളുടെയും ഒരു ശൃംഖല തന്നെ സ്ഥാപിച്ചു. തങ്ങളുടെ പരിഷ്കരിച്ച വിദ്യാഭ്യാസ-പാഠ്യപദ്ധതികളിൽ ഉന്നതസ്ഥാനീയരായി ഇംഗ്ലീഷുകാർക്ക് അവർ അവസരം നൽകി.

ഭൂവുടമകളും പ്രഭുക്കന്മാരും ക്ഷേത്രപൂജാരികളും ആയ ധാരാളം സിക്കുകാർ സിങ്ങ്സഭയിൽ അംഗങ്ങളായി. പഞ്ചാബിലെ നഗരങ്ങളിലെല്ലാം സഭയ്ക്ക് ശാഖകളുണ്ടായി. അമൃത്സറിൽ ഖൽസാ കോളേജ് സ്ഥാപിച്ചു. ഇതിനിടയിൽത്തന്നെ സിങ്ങ്സഭാംഗങ്ങളിൽ കുറെപേർക്ക് സിക്കുകാരുടെ തനതുവ്യക്തിത്വത്തെയും നിലനിൽപ്പിനെയുംകുറിച്ച് ആശങ്കയുദിച്ചു. കൂടുതൽ തീവ്രവാദികളായവർ, തങ്ങൾ ഹിന്ദുമതത്തിൽനിന്നും തീർത്തും വ്യത്യസ്തരാണെന്ന് വാദിച്ചു. മറ്റൊരു സംഭവവികാസം രാഹ്തിയ സമുദായത്തിൽപ്പെട്ട സിക്കുകാർ നെയ്ത്തുകാരായ തങ്ങളെ അയിത്തജാതിക്കാരായി കണക്കാക്കിയ സിക്കുമതജാതി വ്യവസ്ഥയ്ക്കെതിരെ ശബ്ദമുയർത്തിയതായിരുന്നു.

സിങ്ങ്സഭയിൽ നിന്ന്, 20-ാം നൂറ്റാണ്ടിന്റെ ആദ്യ ദശകങ്ങളിൽ ഉയിർക്കൊണ്ടതാണ് അകാലീ പ്രസ്ഥാനം. ഗുരുദ്വാരകളുടെ ഭരണം കയ്യടക്കി വച്ചിരുന്ന മഹത്തുക്കൾ അധികാരദുർവിനിയോഗവും ധൂർത്തും നടത്തിയപ്പോൾ അഴിമതിക്കാരായ അവർക്കെതിരെ ആഞ്ഞടിച്ചത് അകാലി

ഗുരുദ്വാര

ഖൽസാ കോളേജ്

പ്രക്ഷോഭമായിരുന്നു. ബ്രിട്ടീഷിന്ത്യാ ഗവൺമെന്റ് അകാലികളെ അടിച്ചമർത്താൻ ശ്രമം നടത്തി. ഇന്ത്യൻ സ്വാതന്ത്ര്യസമരം കൊടുമ്പിരിക്കൊണ്ട കാലഘട്ടത്തിൽ ശക്തമായ സത്യാഗ്രഹസമരങ്ങൾ സംഘടിപ്പിച്ച് ആരാധനാലയങ്ങളുടെ ഭരണത്തെ ശുദ്ധീകരിക്കാനുള്ള ശ്രമങ്ങൾക്കിടയിൽ അകാലികൾക്ക് പലപ്പോഴും ബ്രിട്ടീഷിന്ത്യൻ പട്ടാളവുമായി ഏറ്റുമുട്ടേണ്ടിയും വന്നു. ഒട്ടേറെ രക്തച്ചൊരിച്ചിലിലൂടെയാണെങ്കിലും അവർ ലക്ഷ്യം കണ്ടു. പൊതുജനാഭിപ്രായത്തിനുമുന്നിൽ തലകുനിക്കേണ്ടിവന്ന സർക്കാർ 1922-ൽ സിക്ക് ഗുരുദ്വാരനിയമം പാസ്സാക്കി. പിന്നീട് 1925-ൽ ഈ നിയമത്തിൽ ആവശ്യമായ ഭേദഗതികളും വരുത്തി.

അഹ്മ്മദിയ്യാ പ്രസ്ഥാനം

പഞ്ചാബി മുസ്ലീങ്ങളുടെയിടയിൽ 19-ാം നൂറ്റാണ്ടിന്റെ രണ്ടാം പകുതിയിൽ ഉയർന്നുവന്ന ഒരു നവീകരണപ്രസ്ഥാനമാണിത്. മിർസാ ഖുലാം അഹമ്മദ് (1835-1905) ആണ് ഇതിന്റെ സ്ഥാപകൻ. ഇസ്ലാംമതത്തെ അതിന്റെ മൗലികമായ പരിശുദ്ധിയോടെ പരിരക്ഷിക്കുക, പുനരുജ്ജീവിപ്പിക്കുക-ഇതായിരുന്നു അദ്ദേഹത്തിന്റെ ലക്ഷ്യം. അതിനാൽത്തന്നെ, ദൈവത്തെയും പ്രവാചകനെയും മാത്രം അനുസരിക്കണമെന്നും അഞ്ചുനേരം നിസ്കാരം ചെയ്യണമെന്നും പർദ്ദ ഉപേക്ഷിക്കരുതെന്നും അദ്ദേഹം ആഹ്വാനം ചെയ്തു. ഖുലാം അഹമ്മദ് ഹിന്ദു-ക്രി

സ്ത്യൻ-സിക്കു പണ്ഡിതൻമാരുമായി ആക്രമണോത്സുകമായ സംവാദങ്ങളിൽ ഏർപ്പെടുകയും, ആര്യസമാജതത്ത്വങ്ങളെ നിശിതമായി വിമർശിക്കുകയും ചെയ്തു.

ആര്യസമാജവും അഹ്മ്മദിയ്യ പ്രസ്ഥാനവുമെല്ലാംതന്നെ ഒരുഫലം ചെയ്തു-അതായത് ഓരോ മതക്കാരെയും അവരവരുടെ മതങ്ങളുടെ ഉറച്ച ചട്ടക്കൂടുകൾക്കുള്ളിൽ നിൽക്കാൻ പ്രേരിപ്പിച്ചു.

മിർസാ ഗുലാം അഹമ്മദ്

ഗുജറാത്തിലെ മാനവധർമ്മ സഭ

1840കളിൽ തുടങ്ങി ഹ്രസ്വകാലംമാത്രം നിലനിന്ന ഈ സഭ സ്ഥാപിച്ചത് സൂററ്റിലെ ഒരു ഇംഗ്ലീഷ് സ്കൂളിലെ പ്രധാനാദ്ധ്യാപകനായിരുന്ന ദുർഗ്ഗാറാം ആയിരുന്നു (1809 -1878). എല്ലാ മതങ്ങളിലെയും സത്യം മാത്രം സ്വീകരിക്കാനും ശാസ്ത്രങ്ങളിലും മറ്റും ഒരു വിഭാഗം മനുഷ്യർ എഴുതിച്ചേർത്ത അബദ്ധതത്ത്വങ്ങളെ നിരാകരിക്കാനും മാന്ത്രികരും മറ്റും കാണിക്കുന്ന ജാലവിദ്യകളിൽ വിശ്വസിക്കാതിരിക്കാനും ദുർഗ്ഗാറാം ഉദ്ബോധിപ്പിച്ചു.

ഗോപാൽ ഹരി ദേശ്മുഖ്

19-ാം നൂറ്റാണ്ടിൽത്തന്നെ മഹാരാഷ്ട്രയിലെ പ്രമുഖനായ മത-സാമൂഹ്യ പരിഷ്കർത്താവായിരുന്നു 'ലോകഹിതവാദി' എന്നറിയപ്പെട്ടിരുന്ന ഗോപാൽ ഹരി ദേശ്മുഖ്. 1840-ൽ ബോംബെയിൽ സ്ഥാപിക്കപ്പെട്ട പരമഹംസ മണ്ഡലിയായിരുന്നു മഹാരാഷ്ട്രത്തിലെ പരിഷ്കരണപ്രവർത്തനങ്ങൾക്ക് നേതൃത്വം കൊടുത്ത പ്രസ്ഥാനം. മറാത്തി ഭാഷയിൽ എഴുതിയ ലേഖനങ്ങളിലൂടെ ദേശ്മുഖ് ഹൈന്ദവയാഥാസ്ഥിതികത്വത്തെ നിശിതമായി വിമർശിക്കുകയും മതപരവും സാമൂഹികവുമായ സമത്വത്തിനുവേണ്ടി വാദിക്കുകയും ചെയ്തു. പരമഹംസമണ്ഡലിയുടെ അംഗങ്ങൾ ജാതിനിയമങ്ങൾ ലംഘിക്കുന്നതിന് മുന്നിട്ടിറങ്ങി. മണ്ഡലിയുടെ സമ്മേളനങ്ങളിൽ അയിത്തജാതിക്കാർ പാകംചെയ്ത ഭക്ഷണം അവർ കഴിച്ചു. മഹാരാഷ്ട്രയിലെ അഭ്യസ്തവിദ്യരായ ചെറുപ്പക്കാർ കുറേപ്പേർ ചേർന്ന്, വിദ്യാർഥികളുടേതായ സാഹിത്യ-ശാസ്ത്ര-സംഘടനകളുണ്ടാക്കി. ശാസ്ത്രവിഷയങ്ങളിലും സാമൂഹിക പ്രശ്നങ്ങളെക്കുറിച്ചും പ്രഭാഷണങ്ങൾ നടത്തി. അവരുടെ മറ്റൊരു പ്രവർത്തനം സ്ത്രീവിദ്യാഭ്യാസത്തിനായി സ്കൂളുകൾ തുടങ്ങുക എന്നതായിരുന്നു.

ജ്യോതിബാ ഫൂലെ

മഹാരാഷ്ട്രയിലെ അധഃസ്ഥിത വർഗ്ഗക്കാരായ ജനതയുടെ മൗലികാവശ്യങ്ങൾക്കു വേണ്ടി, ജീവിതം മുഴുവൻ പ്രയത്നിച്ച ഒരു വ്യക്തിയായിരുന്നു ജ്യോതിബാ ഫൂലേ എന്നറിയപ്പെട്ട ജ്യോതിറാവു ഗോവിന്ദ റാവു ഫൂലേ. മനുഷ്യരെ വിവിധ ജാതികളായി തിരിച്ച്, അവരിൽ ഒരിക്കലും ഐക്യം വളരാതിരിക്കുവാനായിട്ടാണ് ബ്രാഹ്മണർ ജാതിസമ്പ്രദായം തന്നെ കെട്ടിപ്പടുത്തത് എന്ന് ഫൂലേ വിശ്വസിച്ചു. ഒരു കീഴ്ജാതിയിൽ ജനിച്ച ഫൂലേക്ക് അധഃസ്ഥിത വർഗ്ഗക്കാരുടെ പരിതാപകരമായ അവസ്ഥയെപ്പറ്റി നല്ല ബോധമുണ്ടായിരുന്നു. തന്റെ ജീവിതത്തിൽത്തന്നെ കയ്പേറിയ അനുഭവങ്ങൾ ഉണ്ടായ ഫൂലേ മഹാരാഷ്ട്രയിലെ ശൂദ്രരെന്നു വിളിക്കപ്പെട്ടവരെയും മറ്റു അയിത്തജാതിക്കാരെയും തങ്ങളുടെ അവകാശങ്ങൾക്കായി പോരാടാൻ പഠിപ്പിച്ചു.

ജ്യോതിബാ ഫൂലെ

ശൂദ്രർ യഥാർത്ഥത്തിൽ മണ്ണിന്റെ മക്കളാണെന്നും ബ്രാഹ്മണർ അവകാശങ്ങൾ പിടിച്ചെടുക്കുകയായിരുന്നുവെന്നും വാദിച്ച ജ്യോതിബാ ഫൂലേ *മനുഃസ്മൃതിയെ*ത്തന്നെ തള്ളിപ്പറഞ്ഞു. തന്റെ രണ്ടു കൃതികളിൽ - *സാർവജനിക് സത്യധർമ്മ പുസ്തക്, ഗുലാംഗിരി* - ഫൂലേ ബ്രാഹ്മണസമുദായത്തെ കടുത്ത ഭാഷയിൽ വിമർശിച്ചു. അയിത്ത ജാതിക്കാരുടെ അടിമത്തം ദൈവം കൽപ്പിച്ചു കൊടുത്തതോ ജന്മസിദ്ധമോ അല്ലെന്നും ഇതെല്ലാം തന്നെ ബ്രാഹ്മണരുടെ സൃഷ്ടിയാണെന്നും തന്റെ നാട്ടിലെ കീഴാളരെ പറഞ്ഞു മനസ്സിലാക്കിക്കാൻ ഫൂലേ നിരന്തരം ശ്രമിച്ചു.

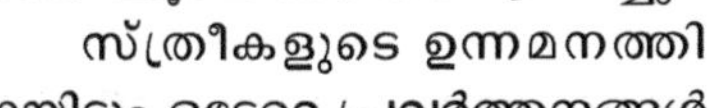

സ്ത്രീകളുടെ ഉന്നമനത്തിനായിട്ടും ഒട്ടേറെ പ്രവർത്തനങ്ങൾ ജ്യോതിബാ ഫൂലേ നടത്തി. അദ്ദേഹവും പത്നിയും ചേർന്ന് പൂനയിൽ പെൺകുട്ടികൾക്കായി ഒരു സ്കൂൾ തുടങ്ങിവെച്ചു. സ്ത്രീകൾ ആധുനിക വിദ്യാഭ്യാസം നേടണമെന്ന് അദ്ദേഹം ഉറച്ചു വിശ്വസിച്ചു. നിർബന്ധിത സൗജന്യ വിദ്യാഭ്യാസം പ്രൈമറി തലത്തിൽ നടപ്പാക്കണമെന്ന് ആദ്യമായി വാദിച്ച വ്യക്തികളിൽ ഒരാളായിരുന്നു ജ്യോതിബാ ഫൂലേ.

വിധവാ പുനർവിവാഹം മഹാരാഷ്ട്രയിൽ നടപ്പിലാക്കുന്നതിനും ജ്യോതിബാ ഫൂലേ പ്രവർത്തിച്ചു. അതുപോലെതന്നെ, അധഃസ്ഥിത

വർഗ്ഗക്കാർക്ക് അർഹമായ സാമൂഹ്യനീതി നേടിക്കൊടുക്കുക എന്ന ലക്ഷ്യത്തോടെ 1873-ൽ അദ്ദേഹം സത്യശോധക് സമാജ് എന്ന ഒരു സംഘടനയ്ക്ക് രൂപം കൊടുത്തു. മഹാരാഷ്ട്രയിലെ ജനത ജ്യോതിബാ ഫൂലേയെ ആദരപൂർവം 'മഹാത്മാ' എന്ന് വിളിച്ചു.

പ്രാർത്ഥനാ സമാജ്

മഹാരാഷ്ട്രത്തിൽത്തന്നെ, ബ്രഹ്മസമാജത്തിന്റെ സ്വാധീനത്തിൽ, പ്രാർത്ഥനാ സമാജ് സ്ഥാപിക്കപ്പെടുന്നതും ഈ കാലഘട്ടത്തിലാണ്. 1867-ൽ കേശബ് ചന്ദ്രസെൻ ബോംബെയിൽ എത്തിയതോടെയാണ് ഈ സംഘടന രൂപപ്പെടുന്നത്. അദ്ദേഹത്തോടൊപ്പം ഡോ. ആത്മാരാം പാണ്ഡുരങ്കും ഉണ്ടായിരുന്നു. റാംമോഹൻ റായിയുടെ കീഴിൽ ബ്രഹ്മസമാജം ഉയർത്തിപ്പിടിച്ചിരുന്ന സാമൂഹിക-വിദ്യാഭ്യാസ പരിഷ്കരണ പദ്ധതികൾ തന്നെയായിരുന്നു ഇവരും തുടർന്നത്. ഇതിന്റെ ആദ്യകാലത്തെ മറ്റു പ്രമുഖ നേതാക്കൾ ബോംബെ ഹൈക്കോടതിയിലെ ജഡ്ജും ഒരു സാമൂഹികപരിഷ്കർത്താവുമായിരുന്ന മഹാദേവ് ഗോവിന്ദ് റാനഡെയും പ്രശസ്ത സംസ്കൃതപണ്ഡിതനായിരുന്ന ആർ ജി ഭണ്ഡാർക്കറുമായിരുന്നു.

പെൺകുട്ടികളുടെ വിദ്യാഭ്യാസത്തിനായി സ്ത്രീകളുടെ സംഘടനകളും അനാഥർക്കായി അനാഥശാലകളും അധഃകൃത വർഗ്ഗക്കാരുടെ സ്ഥിതികൾ മെച്ചപ്പെടുത്തുന്നതിനായി അധഃകൃതവർഗസംഘവും അവർ സ്ഥാപിച്ചു. ഇതിനു പുറമെ, തൊഴിലെടുക്കുന്നവരെ വിദ്യ അഭ്യസിപ്പിക്കുവാനായി നിശാസ്കൂളുകളും ഇവർ നടത്തിപ്പോന്നു. പ്രാർത്ഥനാ സമാജത്തിന്റെ പ്രവർത്തനങ്ങൾ മഹാരാഷ്ട്രയുടെ വിവിധ ഭാഗങ്ങളിലേക്ക് വ്യാപിച്ചു. അച്ചടക്കത്തോടെയും അർപ്പണബോധത്തോടെയും നടത്തിയ പ്രവർത്തനത്തിന്റെ ഫലമായി മഹാരാഷ്ട്രയിലുടനീളം ജനങ്ങൾക്കിടയിൽ ഒരു പുത്തൻ ഉണർവ് സൃഷ്ടിക്കാൻ പ്രാർത്ഥനാസമാജത്തിന് കഴിഞ്ഞു.

പരമഹംസ മണ്ഡലി

മാനവധർമ്മസഭയുടെ ആശയങ്ങളെ ഒന്നുകൂടി വിപുലീകരിച്ച് പ്രവർത്തനം നടത്തിയവരാണ് പരമഹംസമണ്ഡലിയിലെ അംഗങ്ങൾ. ദദോബ പാണ്ഡുരംഗ് (1814-1882) ആയിരുന്നു ഇതിന്റെ പിന്നിൽ. ഓരോ വ്യക്തിക്കും ചിന്താസ്വാതന്ത്ര്യം വേണമെന്നും മനുഷ്യരാശി മുഴുവൻ ഒറ്റ ജാതിയാണെന്നും അതിനാൽത്തന്നെ ജാതിവ്യവസ്ഥയെയും അറിവിൻമേലുള്ള ബ്രാഹ്മണാധിപത്യത്തേയും തങ്ങൾ നിഷേധിക്കുന്നുവെന്നും പ്രഖ്യാപിച്ചുകൊണ്ട് പൂനയിലും അഹമ്മദ്നഗറിലും രത്നഗിരിയിലുമൊക്കെ 1860കളിലും 70കളിലും സാമൂഹ്യപരിഷ്കരണ രംഗത്ത് അവർ സജീവമായി നിന്നു.

സ്വാമി ദയാനന്ദ സരസ്വതി

ഹിന്ദുമത പരിഷ്കരണം ലക്ഷ്യമാക്കിക്കൊണ്ട് 1875-ൽ സ്വാമി ദയാനന്ദ സരസ്വതി ഗുജറാത്തിൽ തുടങ്ങിവെച്ച പ്രസ്ഥാനമായിരുന്നു ആര്യ സമാജ്. എട്ടുവർഷത്തോളം, മോക്ഷമന്വേഷിച്ച് മഥുരയിലും മറ്റും സന്യാസി ജീവിതം നയിച്ച ശേഷം, അന്ന് നിലനിന്നിരുന്ന സാമൂഹിക-മത-ആചാരങ്ങളിലും അനുഷ്ഠാനങ്ങളിലും അവിശ്വാസവും അപ്രിയവും തോന്നിയ ദയാനന്ദ സരസ്വതി സന്യാസം ഉപേക്ഷിക്കുകയായിരുന്നു. വേദങ്ങൾ ദൈവവചനങ്ങളാണെന്നും അവ അനിഷേധ്യങ്ങളാണെന്നും പ്രഖ്യാപിച്ച ദയാനന്ദ സരസ്വതി 'ജനങ്ങളോട്, വേദങ്ങളിലേക്ക് മടങ്ങുക' എന്ന് ഉപദേശിച്ചു. സ്വാർത്ഥരും അജ്ഞരുമായ പുരോഹിതർ ഹൈന്ദവമതത്തെ വികൃതമാക്കിത്തീർത്തെന്ന് അദ്ദേഹം കുറ്റപ്പെടുത്തി. അദ്ദേഹം ഏകദൈവവിശ്വാസത്തെ സ്വീകരിച്ചു. ബഹുദൈവാരാധനയെ എതിർത്തു. ബിംബാരാധനയെയും ജാതിനിയമങ്ങളെയും ബാലവിവാഹത്തെയും അദ്ദേഹം കുറ്റപ്പെടുത്തി.

ദയാനന്ദ സരസ്വതി

അക്കാലത്തെ മറ്റു സാമൂഹ്യപരിഷ്കർത്താക്കളെപ്പോലെ ദയാനന്ദ സരസ്വതിയും വിദ്യാഭ്യാസത്തിന്റെ പ്രാധാന്യത്തെ മനസ്സിലാക്കിയിരുന്നു. ആര്യസമാജത്തിന്റെ കീഴിൽ ധാരാളം സ്കൂളുകളും കോളേജുകളും രാജ്യത്തെമ്പാടും സ്ഥാപിക്കപ്പെട്ടു. സ്ത്രീവിദ്യാഭ്യാസത്തിനുവേണ്ടി വാദിച്ച ദയാനന്ദ്, പെൺകുട്ടികൾക്കുവേണ്ടി വിദ്യാലയങ്ങൾ സ്ഥാപിച്ചു. ആര്യസമാജത്തിന്റെ പ്രവർത്തനം കൂടുതലും നടന്നത് പഞ്ചാബിലായിരുന്നു. അവിടെ ലാഹോറിലെ ആംഗ്ലോ വേദിക് കോളേജ് സ്ഥാപിക്കപ്പെട്ടു. വേദങ്ങളെ അന്തിമ ജ്ഞാനമായി കണ്ട ദയാനന്ദ സരസ്വതി, ആധുനിക ശാസ്ത്രപഠനത്തിന് ഏറെ പ്രാധാന്യം നൽകി. ആംഗ്ലോവേദിക് കോളേജിൽ, ഭാരതീയ തത്ത്വശാസ്ത്രത്തിനും വേദങ്ങൾക്കും പുറമെ, പാശ്ചാത്യ തത്ത്വചിന്തയും ശാസ്ത്രങ്ങളും പഠനവിഷയങ്ങളായിരുന്നു. ഇന്ത്യക്കാർ ഇംഗ്ലീഷ് വിദ്യാഭ്യാസത്തെ തള്ളിപ്പറയരുത് എന്നും ദയാനന്ദ് പറഞ്ഞു.

ദയാനന്ദ സരസ്വതി 'ശുദ്ധി ' എന്ന ഒരു പ്രസ്ഥാനം തുടങ്ങി. സമ്മർദ്ദങ്ങളുടെ ഫലമായി ഹിന്ദുമതത്തിൽനിന്നും മതപരിവർത്തനം ചെയ്തവരെ ഹിന്ദുമതത്തിലേക്ക് തിരിച്ചു കൊണ്ടുവരികയായിരുന്നു ഇതിന്റെ ലക്ഷ്യം.

സ്വദേശി എന്ന ആശയം പ്രചരിപ്പിച്ചവരിൽ മുൻപനായിരുന്നു ദയാ

ലാലാലജ്പത് റായ്

നന്ദ സരസ്വതി. വിദേശിഭരണം എത്ര തന്നെ നല്ലതായാലും സ്വയംഭരണത്തിന് തുല്യമാവില്ല എന്ന് അദ്ദേഹം വിശ്വസിച്ചു. സാമൂഹിക വിദ്യാഭ്യാസ കാര്യങ്ങളിൽ സ്ത്രീക്കും പുരുഷനും തുല്യ അവകാശങ്ങളാണുള്ളതെന്ന് ആര്യസമാജക്കാർ വാദിച്ചു. സാമൂഹ്യ പരിഷ്കരണത്തിനുവേണ്ടി നില കൊണ്ട ആര്യസമാജക്കാർ സ്ത്രീകളുടെ നില മെച്ചപ്പെടുത്തുന്നതിനും സ്ത്രീവിദ്യാഭ്യാസം നടപ്പാക്കുന്നതിനും ഉള്ള തീവ്രശ്രമങ്ങൾ നടത്തി. തൊട്ടുകൂടായ്മയെയും ജാതിയിലെ മറ്റു കർക്കശചട്ടങ്ങളെയും അവർ ശക്തമായി എതിർത്തു. വേദങ്ങളുടെ അനിഷേധ്യതയെ ഉയർത്തി പ്പിടിക്കുക വഴി അവർ യാഥാസ്ഥിതികത്വത്തെ അനുകൂലിക്കുന്നവരായി കരുതപ്പെട്ടുവെങ്കിലും, അവരുടെ പ്രവർത്തനങ്ങൾവഴി ജനങ്ങൾക്കിടയിൽ സ്വാഭിമാനം, സ്വയംപര്യപ്തത എന്നീ ആശയങ്ങൾ പ്രചരിപ്പിക്കുവാൻ അവർക്ക് സാധിച്ചു. അതേ സമയം, ഇന്ത്യക്കാരിൽ ദേശീയബോധത്തിന്റെ സ്പന്ദനങ്ങൾ ഉണർത്താൻ അവർക്കു കഴിഞ്ഞുവെങ്കിലും, ആ ദേശീയതയ്ക്ക് ഹിന്ദുത്വത്തിന്റെ നേരിയ നിറം കൊടുക്കപ്പെട്ടു.

ദയാനന്ദസരസ്വതിയുടെ മരണശേഷം ആര്യസമാജത്തിനകത്ത് അഭിപ്രായഭിന്നതകളുണ്ടായി. ലാലാ ലജപത് റോയിയെപ്പോലുള്ളവർ പാശ്ചാത്യവിജ്ഞാനംകൂടി ഉൾക്കൊണ്ടുള്ള വിദ്യാഭ്യാസരീതിയെ അനുകൂലിച്ചുവെങ്കിൽ, സ്വാമി ശ്രദ്ധാനന്ദയുടെ കീഴിൽ മറ്റൊരു കൂട്ടർ ഇന്ത്യൻ പരമ്പരാഗതവിദ്യാഭ്യാസരീതി തുടരണമെന്ന അഭിപ്രായത്തോടെ, ഹരിദ്വാറിൽ ഗുരുകുലം സ്ഥാപിച്ചു.

ആര്യസമാജത്തിന്റെ പരിഷ്കരണ പ്രവർത്തനങ്ങൾ ജനങ്ങളെ ഒരുമിച്ച് കൊണ്ടുവരുവാൻ സഹായകമായെങ്കിലും, അവരുടെ മതപരമായ പ്രവർത്തനങ്ങൾ - പ്രത്യേകിച്ചും 'ശുദ്ധി'പോലെയുള്ള പ്രവർത്തനങ്ങൾ - ബോധപൂർവമല്ലെങ്കിലും, ജനങ്ങളിലെ വളർന്നുവന്ന ദേശീയതയ്ക്ക് വർഗ്ഗീയതയുടെ നിറംകൊടുക്കുവാൻ സഹായിച്ചു എന്നുള്ളത് സത്യമാണ്.

തിയോസഫിക്കൽ സൊസൈറ്റി

1879-ൽ മദ്രാസിനടുത്തുള്ള അഡയാറിൽ സ്ഥാപിതമായ തിയോസഫിക്കൽ സൊസൈറ്റിയാണ് 19-ാം നൂറ്റാണ്ടിലെ സാമൂഹ്യപരിഷ്കരണ

പ്രസ്ഥാനങ്ങളിൽ മറ്റൊന്ന്. ഐറിഷ് വനിതയായ ആനി ബസന്റ് നേതൃസ്ഥാനം ഏറ്റെടുത്തതോടെ സൊസൈറ്റിയുടെ പ്രവർത്തനം ഊർജ്ജിതമായി.

പുരാതനമതങ്ങളായ ഹിന്ദുമതം, സൊരാസ്ട്രിയൻ മതം, ബുദ്ധമതം എന്നിവ പുനരുജ്ജീവിപ്പിക്കണമെന്നും ശക്തിപ്പെടുത്തണമെന്നും തിയോസോഫിസ്റ്റുകൾ വാദിച്ചു. മനുഷ്യന്റെ അന്താരാഷ്ട്ര സാഹോദര്യത്തിനുവേണ്ടി നിലകൊണ്ട അവരുടെ പ്രവർത്തനം ദക്ഷിണേന്ത്യക്കു പുറമെ, വടക്ക് പഞ്ചാബ് വരെയും വ്യാപിച്ചിരുന്നു. സമൂഹത്തിൽ കാര്യമായ ചലനങ്ങൾ സൃഷ്ടിക്കാൻ അവർക്ക് സാധിച്ചില്ലെങ്കിലും, ഇന്ത്യയുടെ മത-തത്ത്വചിന്താ പാരമ്പര്യത്തെ ശ്രേഷ്ഠമായി ഉയർത്തിപ്പിടിച്ചുകൊണ്ട് പാശ്ചാത്യർ നടത്തിയ ഒരു പ്രസ്ഥാനമെന്ന നിലയ്ക്ക്, ഇന്ത്യക്കാരിൽ ആത്മവിശ്വാസം ജനിപ്പിക്കാൻ ഈ പ്രസ്ഥാനത്തിന് സാധിച്ചു. പിൽക്കാലത്ത്, ആനിബസന്റ് ദേശീയപ്രസ്ഥാനത്തിലേക്ക് നേരിട്ടിറങ്ങുകയും, ഹോംറൂൾ പ്രസ്ഥാനം വഴി ഇന്ത്യക്കാരുടെ മനസ്സിൽ ദേശീയവികാരം ജ്വലിപ്പിച്ചു നിർത്തുവാനായി പ്രവർത്തിക്കുകയും ചെയ്തു.

ആനി ബസന്റ്

സ്വാമി വിവേകാനന്ദനും രാമകൃഷ്ണമിഷനും

തന്റെ ഗുരുവായ രാമകൃഷ്ണ പരമഹംസന്റെ പേരിൽ വിവേകാനന്ദൻ തുടങ്ങിവെച്ച സാമൂഹ്യപരിഷ്കരണ പ്രസ്ഥാനമായിരുന്നു രാമകൃഷ്ണമിഷൻ. രാമകൃഷ്ണ പരമഹംസൻ കൽക്കട്ടയിൽ ഒരു കാളിക്ഷേത്രത്തിലെ പൂജാരിയായിരുന്നു. പരിത്യാഗത്തിലും ധ്യാനത്തിലും ഭക്തിയിലും കൂടി മോക്ഷം അന്വേഷിച്ച ഒരു സന്യാസിവര്യനായിരുന്നു രാമകൃഷ്ണ പരമഹംസൻ. മതങ്ങളുടെ സത്യമന്വേഷിച്ചിറങ്ങിയ അദ്ദേഹം, ഇസ്ലാം മതത്തിലെയും ക്രിസ്തുമതത്തിലെയും സമാനമനസ്കരുടെയൊപ്പവും ദിവസങ്ങൾ ചെലവിട്ടിരുന്നു. മനുഷ്യസേവനം ദൈവസേവനത്തിനു തുല്യമാണെന്ന് പ്രഖ്യാപിച്ച അദ്ദേഹം മനുഷ്യൻ ദൈവത്തിന്റെ പ്രതിരൂപമാണെന്ന് വിശ്വസിച്ചിരുന്നു.

തന്റെ ഗുരുനാഥന്റെ ആശയങ്ങളെ സമകാലീന സമൂഹത്തിന്റെ ആവശ്യങ്ങൾക്കനുസരിച്ച് പാകപ്പെടുത്തുവാനും പ്രവൃത്തിയിലൂടെ അവയെ സാക്ഷാത്കരിക്കാനും ലക്ഷ്യമിട്ടു വിവേകാനന്ദൻ. അറിവ് മാത്രം പോരാ, അത് പ്രവൃത്തിയിലൂടെ നടപ്പാക്കണം എന്ന് വിവേകാനന്ദൻ പറഞ്ഞു. വേദാന്ത ചിന്തയിലധിഷ്ഠിതമായിരുന്നു വിവേകാനന്ദന്റെ

ശ്രീരാമകൃഷ്ണ പരമഹംസർ

തത്വചിന്തയെങ്കിലും, മതങ്ങളുടെയെല്ലാം ഏകത്വത്തിൽ അദ്ദേഹം വിശ്വസിച്ചിരുന്നു. ഇന്ത്യയിൽ ത്തന്നെ, ഹിന്ദുമതത്തിന്റെയും ഇസ്ലാം മതത്തിന്റെയും ഒരു സമഞ്ജസ സമ്മേളനം ആവശ്യമാണെന്ന് അദ്ദേഹം അഭിപ്രായപ്പെട്ടു.

വിദ്യാഭ്യാസം കൊണ്ടുമാത്രമേ പുരോഗമനം സാധ്യമാകൂ എന്ന് വിശ്വസിച്ച വിവേകാനന്ദൻ ആധുനിക ഇംഗ്ലീഷ് വിദ്യാഭ്യാസത്തെ അനുകൂലിച്ചു. ഇന്ത്യക്കാർ ലോകത്തിലെ മറ്റു രാജ്യങ്ങൾക്കൊപ്പം പുരോഗമനത്തിന്റെ പാതയിലേക്ക് നീങ്ങുന്നില്ലെന്നും ഈ നിശ്ചലാവസ്ഥ ഇന്ത്യയെ നാശത്തിലേക്ക് നയിക്കുമെന്നും അതിനാൽ ഇന്ത്യക്കാർ ഊർജ്ജസ്വലരായി ഉയിർത്തെഴുന്നേൽക്കണമെന്നും വിവേകാനന്ദൻ പറഞ്ഞു. ജാതിവ്യവസ്ഥയെയും ഹിന്ദുമതത്തിലെ അനാചാരങ്ങളെയും അർത്ഥശൂന്യമായ ആഘോഷങ്ങളെയും അന്ധവിശ്വാസങ്ങളെയുമെല്ലാം അദ്ദേഹം കഠിനമായി എതിർത്തു. സ്വാതന്ത്ര്യത്തിന്റെയും സമത്വത്തിന്റെയും സ്വതന്ത്രചിന്താഗതിയുടെയും ജ്വാല ഇന്ത്യക്കാരിൽ ഉയിരിടണമെന്നും അദ്ദേഹം അഭിപ്രായപ്പെട്ടു. 'നമ്മുടെ മതം അടുക്കളയിലാണ്, നമ്മുടെ ദൈവം അടുപ്പിൽ വച്ചിരിക്കുന്ന പാത്രത്തിലാണ്, നമ്മുടെ ജാതി 'എന്നെ തൊട്ടുകൂടാ, ഞാൻ പരിശുദ്ധമാണ്' എന്നതിലാണ് ഇത്തരത്തിൽ ഒരു നൂറ്റാണ്ടു കൂടിച്ചെന്നാൽ നാമെല്ലാം ഒരു ഭ്രാന്താലയത്തിൽ എത്തിച്ചേരും' എന്ന് വിവേകാനന്ദൻ പറഞ്ഞു. ജീവിച്ചിരിക്കുന്നു എന്ന് വരണമെങ്കിൽ നമ്മുടെ ചിന്തയിലും പ്രവൃത്തിയിലും സ്വാതന്ത്ര്യം എന്ന ആശയമുണ്ടാകണം. എവിടെ സ്വാതന്ത്ര്യമില്ലയോ അവിടെ, മനുഷ്യനും വർഗവും രാജ്യവും തന്നെ നശിക്കും എന്നും വിവേകാനന്ദൻ പറഞ്ഞു.

1896-ൽ വിവേകാനന്ദൻ സ്ഥാപിച്ച രാമകൃഷ്ണ മിഷൻ മുഖ്യമായും മനുഷ്യകാരുണിക പ്രവർത്തനങ്ങളിലും സാമൂഹ്യസേവന-വിദ്യാഭ്യാസ പ്രവർത്തനങ്ങളിലുമാണ് ശ്രദ്ധ കേന്ദ്രീകരിച്ചത്. രാജ്യമെമ്പാടും സ്കൂളുകളും കോളേജുകളും ആശുപത്രികളും അനാഥാലയങ്ങളും രാമകൃഷ്ണ മിഷന്റെ കീഴിൽ സ്ഥാപിക്കപ്പെട്ടു.

ഇന്ത്യയിലെ മുസ്ലീങ്ങളുടെ ഇടയിൽ മത-സാമൂഹ്യപരിഷ്കരണ പ്രസ്ഥാനങ്ങൾ ഉയർന്നുവരുന്നത് താരതമ്യേന വൈകിയാണ്. 1857-ലെ കലാപത്തിനുശേഷം ഇന്ത്യയിലെ മുസ്ലീം ജനതയെ സംശയത്തോടെയാ

ണ് കോളനിഭരണം വീക്ഷിച്ചിരുന്നത്. അതേ സമയം ഭൂതകാലമഹിമയെല്ലാം നഷ്ടപ്പെട്ട മുസ്ലീങ്ങൾ തങ്ങളുടെ അധികാരത്തെ പിടിച്ചുപറിക്കയും അതുവഴി രാഷ്ട്രീയമായും സാമ്പത്തികമായും തങ്ങളെ നിർധനരാക്കിത്തീർക്കുകയും ചെയ്ത കൊളോണിയൽ ഭരണത്തോട്, അവർ നടപ്പിലാക്കിയ വിദ്യാഭ്യാസത്തോട്, മുഖം തിരിച്ചു നിൽക്കുകയുമായിരുന്നു. ഇന്ത്യൻ മുസ്ലീങ്ങളുടെ സാമൂഹികവും വിദ്യാഭ്യാസപരവുമായ പുരോഗതി അവരുടെ നിലനിൽപ്പിന് അനിവാര്യമാണെന്ന് മനസ്സിലാക്കി ആ ദിശയിൽ പ്രവർത്തനം തുടങ്ങിയവരിൽ പ്രമുഖനാണ് സർ സയ്യിദ് അഹമ്മദ് ഖാൻ. അതിന് മുൻപ് 1863-ൽത്തന്നെ കൽക്കട്ടയിൽ സ്ഥാപിതമായ മുഹമ്മദൻ ലിറ്ററി സൊസൈറ്റി ഈ ദിശയിൽ ഒരു തുടക്കം കുറിച്ചിരുന്നു. ആധുനിക ആശയങ്ങളുടെ വെളിച്ചത്തിൽ മത-സാമൂഹിക-രാഷ്ട്രീയ വിഷയങ്ങളിൽ ചർച്ചകൾ സംഘടിപ്പിക്കുകയും മധ്യവർഗ്ഗ മുസ്ലീങ്ങളെ പാശ്ചാത്യവിദ്യാഭ്യാസം സ്വീകരിക്കാൻ പ്രേരിപ്പിക്കുകയുമായിരുന്നു സൊസൈറ്റിയുടെ പ്രവർത്തനങ്ങൾ.

സയ്യിദ് അഹമ്മദ് ഖാനും അലിഗഡ് പ്രസ്ഥാനവും

ഇന്ത്യൻ കലാപത്തെക്കുറിച്ചും ഇന്ത്യയിലെ വിശ്വസ്തരായ മുസ്ലീങ്ങളെന്ന പേരിലും കലാപകാലത്തെ തന്റെ അനുഭവങ്ങളെക്കുറിച്ചും മൂന്ന് രാഷ്ട്രീയ പ്രഖ്യാപനങ്ങൾ തയ്യാറാക്കിക്കൊണ്ട്, താൻ കൂടി ഉൾപ്പെട്ട, മുസ്ലീം ന്യൂനപക്ഷത്തിനുവേണ്ടി പ്രവർത്തിക്കാനിറങ്ങിയ വ്യക്തിയാണ് സയ്യിദ് അഹമ്മദ് ഖാൻ. 1838-ൽ കമ്പനി ഭരണത്തിൻ കീഴിൽ ഉദ്യോഗസ്ഥനായി. 1877-ൽ സർവീസിൽനിന്നും വിരമിച്ച അദ്ദേഹം കലാപകാലത്ത് കമ്പനി ഭരണത്തോട് കൂറു പുലർത്തി. മൂന്ന് പ്രസ്താവനകളിൽക്കൂടി സയ്യിദ് അഹമ്മദ് ഖാൻ വ്യക്തമാക്കിയത് ഇത്രയുമായിരുന്നു - കലാപത്തിന് കാരണം ഇസ്ലാം മതമല്ല, ഇന്ത്യയിലെ മുസ്ലീങ്ങൾ കമ്പനി ഭരണത്തോട് കൂറു പുലർത്തുന്നവരാണ് - ബ്രിട്ടീഷുകാരുടെ സംശയം അവസാനിപ്പിക്കുവാനായും അവരുമായി ഒരു അടുപ്പം സൃഷ്ടിക്കുവാനുമായി ബ്രിട്ടീഷ് ഭരണത്തെ വാഴ്ത്തിക്കൊണ്ടുള്ള ആഘോഷങ്ങൾ അദ്ദേഹം സംഘടിപ്പിച്ചു. അതേ സമയം, ആധുനിക ശാസ്ത്രീയ ചിന്തയിൽ ആകൃഷ്ടനായിരുന്നു അദ്ദേഹം. തന്റെ സമുദായക്കാരോട് യൂറോപ്യൻ ശാസ്ത്രവും സാങ്കേതികവിജ്ഞാനവും അഭ്യസിക്കണമെന്നും അത് ഇസ്ലാമിനെതിരല്ലെന്നും ആഹ്വാനം ചെയ്തു. ശാസ്ത്ര വിഷയങ്ങളിലുള്ള യൂറോപ്യൻ ഗ്രന്ഥങ്ങൾ വിവർത്തനം ചെയ്യുന്നതിനും, തന്റേതായ ആശയങ്ങൾ പ്രചരിപ്പിക്കുവാനുമായി താൻ സ്ഥാപിച്ച സയന്റിഫിക് സൊസൈറ്റിയോട് ചേർന്ന് ഒരു പ്രസ്സും അദ്ദേഹം തുടങ്ങി. തന്റെ പ്രവർത്തനകേന്ദ്രം അലിഗഡിലേക്ക് മാറ്റിയ 1866-ൽ ബ്രിട്ടീഷ് ഇന്ത്യൻ അസോസിയേഷൻ സ്ഥാപിച്ച്, ബ്രിട്ടീഷ് ഭരണകർത്താക്കളുമായുള്ള സൗഹൃദം മെച്ചപ്പെടുത്താൻ ശ്രമിച്ചു.

ഖുറാന്റെ ആധികാരികതത്വത്തിൽ അടിയുറച്ചു വിശ്വസിക്കെത്തന്നെ, സമകാലീന യുക്തിവാദത്തിന്റെയും ശാസ്ത്രത്തിന്റെയും വെളിച്ചത്തിൽ *ഖുറാൻ* വചനങ്ങളെ വ്യാഖ്യാനിക്കാൻ അദ്ദേഹം ഒരുമ്പെട്ടു. തന്റെ ജീവിതകാലം മുഴുവൻ അദ്ദേഹം പാരമ്പര്യങ്ങളിലുള്ള അന്ധമായ വിശ്വാസത്തിനെതിരെയും ആചാരാനുഷ്ഠാനങ്ങൾക്കെതിരെയും അജ്ഞതയ്ക്കും വിവേകശൂന്യതയ്ക്കും എതിരെയും പോരാടി.സ്വതന്ത്രചിന്താഗതി ആർജ്ജിക്കണമെന്ന് മുസ്ലീങ്ങളോട് സയ്യിദ് അഹമ്മദ് ഖാൻ ആവശ്യപ്പെട്ടു. അടഞ്ഞ മനസ്സ് എന്നത് സാമൂഹികവും ധൈഷണികവുമായ പിന്നോക്കാവസ്ഥയുടെ അടയാളമാണെന്നും അദ്ദേഹം പറഞ്ഞു.

മതത്തിന്റെയും വിശ്വാസത്തിന്റെയും ചട്ടക്കൂടിൽനിന്ന് മുസ്ലീങ്ങൾ പുറത്തു വരണമെന്നും ഇംഗ്ലീഷ് വിദ്യാഭ്യാസം സ്വീകരിക്കണമെന്നും അത് ഭൗതിക സുരക്ഷിതത്വത്തിലേക്കുള്ള വഴിയാണെന്നും സർ സയ്യിദ് അഹമ്മദ് ഖാൻ പറഞ്ഞു. ഈ ലക്ഷ്യം മുന്നിൽക്കണ്ട്, അലിഗഢിൽ അദ്ദേഹം മുഹമ്മദൻ ആംഗ്ലോ ഓറിയന്റൽ കോളേജ് സ്ഥാപിച്ചു. ഇന്ത്യൻ മുസ്ലീങ്ങളുടെ ഉന്നതവിദ്യാഭ്യാസ കേന്ദ്രമായി അത് മാറി. ഇതിനു പുറമെ താൻ ജോലിനോക്കിയ പല നഗരങ്ങളിലും അദ്ദേഹം സ്കൂളുകൾ സ്ഥാപിച്ചു. പാശ്ചാത്യ ക്ലാസിക് കൃതികൾ ഉറുദു ഭാഷയിലേക്ക് വിവർത്തനം ചെയ്യിച്ചു. തന്റെ ലേഖനങ്ങളിൽ, സ്ത്രീകൾക്ക് സമൂഹത്തിൽ മെച്ചപ്പെട്ട സ്ഥാനം ലഭിക്കണമെന്നും സ്ത്രീകൾ പർദ്ദ ഉപേക്ഷിക്കണമെന്നും ആധുനികവിദ്യാഭ്യാസം നേടണമെന്നും സയ്യിദ് അഹമ്മദ് ഖാൻ അഭിപ്രായപ്പെട്ടു. അതുപോലെതന്നെ, ബഹുഭാര്യത്വത്തെയും എളുപ്പത്തിൽ നേടാവുന്ന വിവാഹമോചനം എന്ന സമ്പ്രദായത്തെയും അദ്ദേഹം വിമർശിച്ചിരുന്നു.

അലിഗഡ് കേന്ദ്രമാക്കി നടന്ന സയ്യിദ് അഹമ്മദ് ഖാന്റെ സാമൂഹ്യ-മത-പരിഷ്കരണ പ്രസ്ഥാനം ഇന്ത്യൻ മുസ്ലീങ്ങളുടെ സാമൂഹ്യവും രാഷ്ട്രീയവുമായ ഉയിർത്തെഴുന്നേൽപ്പിന് കാരണമായിത്തീർന്നു. ഇന്ത്യൻ സമൂഹത്തിൽ ഒരു മെച്ചപ്പെട്ട സ്ഥാനം നേടുവാനും ആധുനിക വിദ്യാഭ്യാസം സ്വീകരിക്കുകവഴി അവരുടെ വിജ്ഞാനോദയത്തിനും അങ്ങനെ, സാമ്പത്തികമായി അവരുടെ നില മെച്ചപ്പെടാനും ഈ പരിഷ്കരണപ്രസ്ഥാനം സഹായകമായി.

മതസഹിഷ്ണുതയിലും എല്ലാ മതങ്ങളുടെയും അടിസ്ഥാനപരമായ ഏകത്വത്തിലും വിശ്വസിച്ചിരുന്ന സയ്യിദ് അഹമ്മദ് ഖാൻ അദ്ദേഹത്തിന്റെ ജീവിതത്തിന്റെ അവസാന നാളുകളിൽ, സാമുദായിക വികാരവും വിഭാഗീയതയും പ്രോത്സാഹിപ്പിക്കുന്നതായി കാണപ്പെട്ടിരുന്നു. ഇന്ത്യൻ നാഷണൽ കോൺഗ്രസിന്റെ സമ്മേളനങ്ങളിൽനിന്ന് വിട്ടുനിൽക്കാൻ അദ്ദേഹം മുസ്ലീങ്ങളെ പ്രേരിപ്പിച്ചിരുന്നു. അതേസമയം ഇന്ത്യൻ മുസ്ലീങ്ങളും ബ്രിട്ടീഷിന്ത്യാ ഗവൺമെന്റും തമ്മിൽ ദൃഢമായ സൗഹൃദബന്ധം എന്നും നിലനിൽക്കണമെന്നും അദ്ദേഹം ആഗ്രഹിച്ചു. ഇന്ത്യക്കാർ, പാശ്ചാത്യരെപ്പോലെതന്നെ, വിദ്യാഭ്യാസത്തിലും ചിന്തയിലും പ്രവൃത്തിയിലും പുരോഗമനം നേടിയാൽ മാത്രമേ അവർക്ക് വിജയകരമായി വിദേശി

അലിഗഡ് മുസ്ലീം സർവ്വകലാശാല

ഭരണത്തെ വെല്ലുവിളിക്കാനാകൂ എന്ന് അദ്ദേഹം വിശ്വസിച്ചിരുന്നു. കോളനി ഭരണത്തോട് തുറന്ന ശത്രുത പുലർത്തുകയാണെങ്കിൽ അത് തന്റെയും തന്റെ സമുദായത്തിന്റെയും സമസ്ത പുരോഗതിക്കും അപകടകരമാകുമെന്നും അദ്ദേഹം വിശ്വസിച്ചു. മുസ്ലീങ്ങളിലെ മധ്യ-ഉപരിവർഗ്ഗങ്ങൾക്കിടയിലെ പിന്നോക്കാവസ്ഥ മാറിക്കിട്ടണം എന്നതായിരുന്നു അദ്ദേഹത്തിന്റെ ലക്ഷ്യം. ആധുനികവിദ്യാഭ്യാസം നേടിക്കൊടുക്കുക എന്ന ഏകലക്ഷ്യം മുന്നിൽക്കണ്ട സയ്യിദ് അഹമ്മദ് ഖാൻ മറ്റ് എല്ലാ താൽപ്പര്യങ്ങളും മാറ്റിവച്ചു. എന്തുതന്നെയായാലും, ഇന്ത്യൻ മുസ്ലീങ്ങൾ എല്ലാ വിധത്തിലും ഉണർന്നു ചിന്തിക്കാനും പ്രവർത്തിക്കാനും തുടങ്ങിയതിന് പിന്നിൽ അലിഗഡ് പ്രസ്ഥാനവും സർ സയ്യിദ് അഹമ്മദ് ഖാന്റെ പ്രവർത്തനവുമായിരുന്നു.

മുഹമ്മദ് ഇഖ്ബാൽ

ഇന്ത്യൻ മുസ്ലീങ്ങളിലെ യുവതലമുറയെ തന്റെ സാഹിത്യസൃഷ്ടികളിൽക്കൂടി ഒട്ടേറെ സ്വാധീനിച്ച ആധുനിക കവിയായിരുന്നു മുഹമ്മദ് ഇഖ്ബാൽ (1876-1938). സമൂഹത്തിൽ മാറ്റങ്ങൾ അനിവാര്യമാണെന്നും മനുഷ്യൻ എപ്പോഴും കർമ്മനിരതനായിരിക്കണമെന്നും സമർപ്പണ മനോഭാവത്തോടെ പ്രകൃതിക്ക് കീഴടങ്ങരുതെന്നും നിരന്തര പ്രവർത്തനങ്ങളിലൂടെ ലോകത്തെ നിയന്ത്രിക്കണമെന്നും തന്റെ കവിതകളിലൂടെ അദ്ദേഹം ഉദ്ബോധിപ്പിച്ചു. മനുഷ്യന്റെ പ്രവർത്തനം എന്നത് പ്രഥമ നന്മയായി കണക്കാക്കിയ ഇഖ്ബാൽ മാനവികതയ്ക്കുവേണ്ടി നിലകൊണ്ടു. അദ്ദേഹത്തിന്റെ കവിതകൾ

മുഹമ്മദ് ഇഖ്ബാൽ

മുസ്ലീങ്ങളെയെന്നപോലെ ഹിന്ദുക്കളിലെ യുവതലമുറയെയും സ്വാധീനിച്ചിരുന്നു.

പാർസികൾ

കച്ചവടത്തിലും കപ്പൽ നിർമ്മാണത്തിലും മറ്റും ഏർപ്പെട്ട് സമ്പന്നരായിത്തീർന്ന പാർസി സമുദായക്കാർ, 19-ാം നൂറ്റാണ്ടിൽ ബോംബെയിലെ ഒരു ഗണ്യമായ ജനവിഭാഗമായിരുന്നു; ക്രിസ്ത്യൻ മിഷണറിമാരുടെ മതപരിവർത്തന പ്രവർത്തനങ്ങൾക്കിടയിൽ, ബോംബെയിലെ സമൂഹത്തിൽ തങ്ങളുടേതായ സ്ഥാനം ഉറപ്പിക്കുവാനുള്ള ആഗ്രഹത്തിൽനിന്നാണ് പാർസികളുടെയിടയിൽ മത-സാമൂഹ്യ പരിഷ്കരണ സംരംഭങ്ങൾ ഉയർന്നുവരുന്നത്; സൊരാഷ്ട്രിയൻ മതനിയമങ്ങളെ ക്രോഡീകരിച്ച്, തങ്ങളുടെ സാമൂഹികജീവിതത്തിന് വ്യക്തമായ ചട്ടക്കൂടും ഘടനയും ഉണ്ടാക്കണം എന്ന് അവർ ആഗ്രഹിച്ചു. 1851-ൽ നവറോജി ഫർദൂൻജിയുടെ നേതൃത്വത്തിൽ, വിദ്യാസമ്പന്നരായ ഒരു കൂട്ടം പാർസികൾ രൂപം കൊടുത്തതാണ് 'രാണുമയി മസ്ദാസ്നൻ സഭ.' തങ്ങളുടെ പ്രസിദ്ധീകരണങ്ങളിൽക്കൂടി സഭയുടെ ആശയങ്ങളെ അവർ സമൂഹത്തിലെത്തിച്ചു. പാർസികളുടെ സാമൂഹ്യസ്ഥിതി മെച്ചപ്പെടുത്തുക, സൊരാഷ്ട്രിയൻ മതത്തെ അതിന്റെ മൗലിക പരിശുദ്ധിയോടെ നിലനിർത്തുക, പാർസികളുടെ പുരോഗതിക്ക് വിഘാതമായി നിൽക്കുന്ന യാഥാസ്ഥിതികത്വത്തോട് പൊരുതുക, അനാചാരങ്ങളും അന്ധവിശ്വാസങ്ങളും ഉപേക്ഷിക്കുക എന്നിവയായിരുന്നു അവരുടെ മുദ്രാവാക്യങ്ങൾ. പാർസികൾ ആധുനികവിദ്യാഭ്യാസം നേടണമെന്ന് സഭ ഉദ്ബോധിപ്പിച്ചു; ബാലവിവാഹത്തിനെയും, വിവാഹം, ശവസംസ്കാരം എന്നീ വേളകളിലെ വിപുലമായ ചടങ്ങുകളെയും, ആർഭാടപൂർവമായ ആഘോഷങ്ങളെയും അവർ എതിർത്തു. അതേസമയം, മതപഠനശാലകളിൽ സൊരാഷ്ട്രിയൻ മതത്തെക്കുറിച്ച് കൂടുതൽ പഠിക്കുവാനായി ഗവേഷണസൗകര്യങ്ങൾ ഏർപ്പെടുത്തുകയും മതത്തിന്റെ തത്ത്വങ്ങൾ വിശദീകരിക്കുന്ന ഒട്ടേറെ പ്രസിദ്ധീകരണങ്ങൾ പുറത്തുകൊണ്ടുവരികയും ചെയ്തു. ആധുനികവിദ്യാഭ്യാസം നേടുന്നതിനും സമൂഹത്തിന്റെ ഉന്നതശ്രേണികളിൽ എത്തുന്നതിനുമായിരുന്നു പാർസികൾ കൂടുതലും ശ്രമിച്ചത്. അധികം വൈകാതെ, മഹാരാഷ്ട്രയിൽ എന്നല്ല ഇന്ത്യൻ സമൂഹത്തിൽത്തന്നെ, ഏറ്റവും പാശ്ചാത്യവൽക്കരിക്കപ്പെട്ട സമൂഹമായി പാർസികൾ മാറി.

ഡോ ബി ആർ അംബേദ്കർ

ഇന്ത്യയുടെ നവോത്ഥാനചരിത്രത്തിൽ എക്കാലവും ഓർക്കപ്പെടേണ്ട ഒരു നാമമാണ് ഡോ. ബാബാ സാഹേബ് അംബേദ്കറുടേത്. അധഃകൃത സമുദ്ധാരണത്തിനുവേണ്ടി, ജീവൻ പണയപ്പെടുത്തിയ വ്യക്തിയാണ് അംബേദ്കർ. അന്ധവിശ്വാസങ്ങളെയും അനാചാരങ്ങ

ബി ആർ അംബേദ്കർ

ളെയും ഉന്മൂലനം ചെയ്യാൻ അദ്ദേഹം ആജീവനാന്തം പൊരുതി.

മറാത്തി ഭാഷയിൽ താൻ തുടങ്ങിയ *മൂകനായക്* എന്ന പ്രസിദ്ധീകരണത്തിൽക്കൂടി തന്റെ ആശയങ്ങൾ ആദ്യം പ്രചരിപ്പിച്ചുതുടങ്ങി അംബേദ്കർ. അറിവും അധികാരവും കൈപ്പിടിയിലൊതുക്കാതെ ബ്രാഹ്മണേതരർക്ക് പുരോഗമിക്കാനാവില്ല എന്നും പിന്നോക്ക ജാതിക്കാരുടെ മൗലികാവകാശങ്ങൾ സംരക്ഷിക്കാമെന്ന് ഭരണഘടന ഉറപ്പു നൽകണമെന്നും അംബേദ്കർ എഴുതി: അദ്ദേഹം രൂപംകൊടുത്ത ആദ്യ സംഘടനയുടെ പേര് 'ബഹിഷ്കൃത ഹിതകാരിണി സഭ' എന്നായിരുന്നു. സഭയുടെ മുദ്രാവാക്യം 'വിദ്യാഭ്യാസം, സംഘടന, സമരം' എന്നായിരുന്നു.

മതത്തിന്റെ അടിസ്ഥാനതത്ത്വങ്ങൾ സ്വാതന്ത്ര്യം, സമത്വം, സാഹോദര്യം എന്നിവയായിരിക്കണമെന്നും ജാതിനശീകരണം, സ്വരാജ്യ സമ്പാദനത്തേക്കാൾ ദുഷ്കരമായ ഒരു ദേശീയ ആവശ്യമാണെന്നും സമൂഹത്തിൽ സ്ത്രീകൾ സ്വതന്ത്രരും പുരുഷനോട് തുല്യതയുള്ളവരും ആയിരിക്കണമെന്നും മനുഷ്യന്റെ അടിമത്തം മനുഷ്യൻ തന്നെ സ്വപ്രയത്നം കൊണ്ടവസാനിപ്പിക്കണം എന്നും അംബേദ്കർ പ്രഖ്യാപിച്ചു. ഹിന്ദുസമുദായത്തിലെ മർദ്ദകസംവിധാനങ്ങളോടുള്ള ഒടുങ്ങാത്ത എതിർപ്പിന്റെ പ്രതീകമായിരുന്നു ഡോ. അംബേദ്കർ.

5

ദക്ഷിണേന്ത്യയിലെ മുന്നേറ്റങ്ങൾ

ഭൂമിശാസ്ത്രത്തേക്കാളേറെ സംസ്കാരംകൊണ്ടും ഭാഷകൾ കൊണ്ടും വേറിട്ടതെന്ന് വിശേഷിപ്പിക്കപ്പെടുന്ന ദക്ഷിണേന്ത്യയിലും പത്തൊമ്പതാം നൂറ്റാണ്ടിന്റെ അവസാനകാലത്ത് സാമൂഹ്യപരിഷ്കര ണ പ്രസ്ഥാനങ്ങൾ രൂപംകൊള്ളുകയും അർത്ഥവത്തായ മാറ്റങ്ങൾക്ക് വഴിതെളിക്കുകയും ചെയ്തു. സംസ്കൃതത്തിന്റെയും ഉത്തരേന്ത്യൻ ബ്രാഹ്മണസംസ്കാരത്തി ന്റെയും ശക്തമായ സ്വാധീനം ഉണ്ടായതിനൊപ്പംതന്നെ, ദക്ഷിണേന്ത്യ അതിന്റേതായ ഒരു സംസ്കാരം നിലനിർത്തുകയും ചെയ്തിരുന്നു. അതേ സമയം തന്നെ ജാതീയതയും തൊട്ടുകൂടായ്മയും അനേകം ദുഷിച്ച ആചാരങ്ങളും അന്ധവിശ്വാസങ്ങളും വേരുറച്ച ഒരു സമൂഹമായിരുന്നു അന്ന് നിലനിന്നിരുന്നത്. ഒപ്പംതന്നെ, തെക്കെ ഇന്ത്യയുടെ ഭൂരിഭാഗവും കൊളോണിയൽ ഭരണത്തിന്റെ ദോഷങ്ങളും അനുഭവിക്കു

രാജമുൺട്രിയിലെ മിഷനറിമാർ - 1903ലെ ചിത്രം

ന്നുണ്ടായിരുന്നു. ജന്മിത്തവും നാടുവാഴിത്തവും സവർണ്ണ മേധാവിത്വവും എല്ലാംചേർന്ന് സമൂഹത്തിൽ അസമത്വവും അവകാശ നിഷേധവും അവസരനിഷേധവും പൂർണ്ണമായും നടപ്പിലായിരുന്ന ഒരു അവസ്ഥയായിരുന്നു. ഇതോടൊപ്പംതന്നെ, വടക്കേ ഇന്ത്യയിലേതിനെക്കാൾ എത്രയോ നേരത്തെ ഇവിടെയെത്തിയിരുന്ന ക്രിസ്ത്യൻ മിഷണറിമാരുടെ മതപ്രചാരണപ്രവർത്തനങ്ങൾ, പിന്നീട് ആധുനികവിദ്യാഭ്യാസത്തിന്റെ വ്യാപനം, മദ്രാസ് തീരത്തും മലബാർ തീരത്തുമുള്ള കച്ചവട കേന്ദ്രങ്ങളിലൂടെ നടത്തപ്പെട്ട ചരക്കുകളുടെ കൈമാറ്റത്തിന്റെയും വിതരണത്തിന്റെയും ഫലമായി പട്ടണങ്ങളുടെ വളർച്ച, വിവിധ മേഖലകളിലുള്ള തൊഴിൽ-സാധ്യതകൾ ഇവയെല്ലാംതന്നെ, ഒരു മാറ്റത്തിനനുകൂലമായ അന്തരീക്ഷം സൃഷ്ടിച്ചു. ജാതിവ്യവസ്ഥയുടെ സംഘർഷം ഇവിടെയും അനിവാര്യമായിത്തീർന്നു. പുതിയ ലോകവും ആശയങ്ങളും സ്വാംശീകരിച്ച പുതിയ തലമുറയ്ക്ക് പരമ്പരാഗത ജീവിതത്തോട് കലഹിക്കാതെ നിലനിൽക്കാനാവില്ലെന്നു വന്നു.

ഉത്തരേന്ത്യൻ പരിഷ്കരണപ്രസ്ഥാനങ്ങളായ ബ്രഹ്മസമാജം, ആര്യസമാജം, പ്രാർത്ഥനാസമാജം എന്നിവയുടെയൊക്കെ ആശയങ്ങളും പ്രവർത്തനരൂപങ്ങളും ദക്ഷിണേന്ത്യയിലും എത്തിയെങ്കിലും അവയ്ക്കൊന്നും ഇവിടെ വേരോടാനായില്ല. അഡയാറിൽ സ്ഥാപിക്കപ്പെട്ട തിയോസഫിക്കൽ സൊസൈറ്റിക്ക് മാത്രമാണ് കാര്യമായ ചലനങ്ങൾ സൃഷ്ടിക്കാൻ സാധിച്ചത്. പിൽക്കാലത്ത്, ആന്ധ്രയിലും തമിഴകത്തും കേരളത്തിലും ശക്തമായ ജാതി-സമൂഹപരിഷ്കരണ പ്രസ്ഥാനങ്ങൾ ഉദയം

ചെയ്തു. ഈ പ്രസ്ഥാനങ്ങളുടെയെല്ലാം പ്രചോദനം അതതു സമൂഹങ്ങളിൽ നിലനിന്നിരുന്ന ജാതി-മത-സാമ്പത്തിക അസന്തുലിതാവസ്ഥയായിരുന്നു- ഉയർന്ന ജാതിക്കാരുടെ മേധാവിത്വത്തിനെതിരെ, കീഴാളർക്ക് സ്വതന്ത്രമായി ജീവിക്കാനുള്ള അവകാശം പോലും നിഷേധിച്ചതിനെതിരെ, ശബ്ദമുയർത്തുവാൻ വ്യക്തികളും പ്രസ്ഥാനങ്ങളും ഉണ്ടായി.

വീരേശലിംഗം

ആന്ധ്രദേശത്ത്, ഇംഗ്ലീഷ് വിദ്യാഭ്യാസത്തിന്റെ വ്യാപനത്തോടെ, അഭ്യസ്തവിദ്യരായ ഒരു പുതിയ വർഗ്ഗം ഉയർന്നുവന്നു. പടിഞ്ഞാറിന്റെ ലിബറൽ ആശയങ്ങളിൽ ആകൃഷ്ടരായ ഇവർക്ക് അക്കാലത്തെ യാഥാസ്ഥിതിക ഹൈന്ദവ സമൂഹത്തിന്റെ വേലിക്കെട്ടുകൾ അസഹ്യമായി തോന്നി. ആന്ധ്രയിലെ സാമൂഹ്യപരിഷ്കർത്താക്കളിൽ പ്രഥമഗണനീയൻ കണ്ടുകൂരി വീരേശലിംഗമാണ് (1849–1919). ഒരു യാഥാസ്ഥിതിക കുടുംബത്തിൽ ജനിച്ച വീരേശലിംഗത്തിന് യുക്തിരഹിതമായ ആചാരങ്ങളോടും പാരമ്പര്യത്തോടും കടുത്ത എതിർപ്പ് തോന്നി. അദ്ദേഹത്തിന്റെ കുടുംബത്തിൽത്തന്നെ പെൺകുട്ടികളെ വളരെ ചെറുപ്പത്തിൽ വിവാഹം കഴിച്ചയക്കുമായിരുന്നു. സ്ത്രീകളുടെ ഉന്നമനത്തിനായി, പ്രത്യേകിച്ചും വിധവകളുടെ നില മെച്ചപ്പെടുത്തുന്നതിനായി, തന്റെ ജീവിതകാലം മുഴുവൻ അദ്ദേഹം പ്രയത്നിച്ചു. തന്റെ സാമൂഹ്യപരിഷ്കരണ ആശയങ്ങൾ പ്രചരിപ്പിക്കുവാനായി അദ്ദേഹം 1874-ൽ *വിവേകവർദ്ധിനി* എന്ന പേരിൽ ഒരു പ്രസിദ്ധീകരണം തുടങ്ങി. സ്ത്രീകൾക്ക് മാത്രമായി രണ്ട് പത്രികകളും അദ്ദേഹം തുടങ്ങിവച്ചു. വിധവാപുനർവിവാഹത്തിനും സ്ത്രീ വിദ്യാഭ്യാസത്തിനും ആയിരുന്നു അദ്ദേഹത്തിന്റെ പരിഷ്കരണ ആശയങ്ങളിൽ പ്രഥമസ്ഥാനം. 1874-ൽ പെൺകുട്ടികൾക്കായി ഒരു സ്കൂൾ അദ്ദേഹം തുടങ്ങി. ഇതിനുപുറമെ, സ്ത്രീകൾക്കായി പകൽ വിദ്യാലയങ്ങളും തൊഴിലാളികൾക്കായി നിശാവിദ്യാലയങ്ങളും ഹരിജനങ്ങൾക്കായുള്ള പാഠശാലകളും വീരേശലിംഗത്തിന്റെ നേതൃത്വത്തിൽ നടത്തപ്പെട്ടു. മദിരാശിയിൽ വിധവകൾക്കായി ഒരു വീട് അദ്ദേഹം സ്ഥാപിച്ചു. 1878-ൽ, സാമൂഹ്യപരിഷ്കരണ പ്രവർത്തനങ്ങൾക്കായി, 'രാജമുണ്ഡ്രി സോഷ്യൽ റിഫോം' അസോസിയേഷൻ എന്ന പേരിൽ ഒരു സംഘടനയ്ക്ക് രൂപം കൊടുത്തു. ഇതിന്റെ പ്രധാന ലക്ഷ്യം വിധവാ പുനർവിവാഹം പ്രോത്സാഹിപ്പിക്കുക എന്നതായിരുന്നു. ജാതിവ്യവസ്ഥയ്ക്കെതി

രെയും ബാലവിവാഹത്തിനെതിരെയും വേശ്യാവൃത്തിയെ സ്ഥാപന വൽക്കരിക്കുന്നതിനെതിരെയും ബഹുഭാര്യത്വത്തിനെതിരെയും നർത്തകി കളെ ഉത്സവങ്ങൾക്കായി വാടകയ്ക്കെടുക്കുന്ന രീതിക്കെതിരെയും ആജീ വനാന്തം പൊരുതിയ വ്യക്തിയായിരുന്നു കണ്ടുകൂരി വീരേശലിംഗം.

വീരേശലിംഗം ഒരു ബഹുമുഖപ്രതിഭയായിരുന്നു. തെലുങ്കു ഭാഷയ്ക്കും അദ്ദേഹത്തിന്റേതായ സംഭാവനകൾ ഉണ്ടായിരുന്നു. അദ്ദേഹം എഴുതിയ *രാജശേഖരചരിത്രം* ആ ഭാഷയിലെ ആദ്യത്തെ നോവൽ ആയിരുന്നു. കൂടാതെ ശാസ്ത്രവിഷയങ്ങളെയും ചരിത്രത്തെയും അധികരിച്ച് തെലുങ്കുഭാഷയിൽ ആദ്യമായി കൃതികൾ രചിച്ചതും അദ്ദേഹമായിരുന്നു. ആന്ധ്രയിലെ നവോത്ഥാനപ്രസ്ഥാനത്തിന്റെ പിതാവുതന്നെയായിത്തീർന്നു വീരേശലിംഗം.

ബ്രാഹ്മണമേധാവിത്വത്തിനെതിരെ, തമിഴ്നാട്ടിൽ ശക്തമായ പോരാട്ടംതന്നെ നടത്തിയ പ്രഗൽഭവ്യക്തിയാണ് പെരിയാർ എന്നറിയപ്പെടുന്ന ഇ വി രാമസ്വാമി നായ്ക്കർ. ദേശീയപ്രക്ഷോഭത്തിൽ ആകൃഷ്ടനായി ഇന്ത്യൻ നാഷണൽ കോൺഗ്രസിൽ ചേർന്ന് പ്രവർത്തിച്ച രാമസ്വാമി നായ്ക്കർ 1925-ഓടുകൂടി തന്റെ ദേശത്തെ പരിഷ്കരണ പ്രവർത്തനങ്ങളിലേക്ക് ശ്രദ്ധ തിരിച്ചു. ബ്രാഹ്മണരുടെ സാമൂഹ്യാധിപത്യത്തിനെതിരെ തമിഴ്നാട്ടിലെ മുഴുവൻ അബ്രാഹ്മണരെയും സംഘടിപ്പിക്കുകയായിരുന്നു അദ്ദേഹത്തിന്റെ ലക്ഷ്യം. 1924-ൽ തുടങ്ങിയ *കുടി അരശ്* എന്ന തന്റെ പ്രസിദ്ധീകരണത്തിൽക്കൂടി ഇ വി തന്റെ ആശയങ്ങൾ പ്രചരിപ്പിച്ചു.

സമരോത്സുകനായ യുക്തിവാദിയും നിശിതനിരീക്ഷകനായ പ്രഭാഷകനും സ്വതന്ത്രചിന്തകനുമായിരുന്നു പെരിയാർ. അടിമത്തമനോഭാവമാണ് സാമൂഹ്യതിന്മകളുടെ അടിസ്ഥാന മനഃശാസ്ത്ര കാരണം എന്ന് അദ്ദേഹം മനസ്സിലാക്കി. സവർണ്ണാധിപത്യത്തിൽ അധിഷ്ഠിതമായ ജാതിവ്യവസ്ഥയുടെ കീഴിൽ കൃത്യവും യാന്ത്രികവുമായ കീഴ്വഴക്കങ്ങളുടെ ഒരു ഇരുണ്ട ലോകത്ത് വിധേയത്വത്തോടെ ഒതുങ്ങിക്കൂടുകയാണ് മനുഷ്യൻ. ഇതിനു പരിഹാരം ജനങ്ങളുടെ ആത്മാഭിമാനം ഉണർത്തലാണെന്ന് കണ്ടെത്തിയ പെരിയാർ 1926 ഫെബ്രുവരിയിൽ സ്വാഭിമാന പ്രസ്ഥാനം ആരംഭിക്കുകയും 1973 ഡിസംബറിൽ മരിക്കുന്നതുവരെ പ്രസ്ഥാനത്തിന് ജീവൻ പകരുകയും ചെയ്തു.

പെരിയാർ

ഒരു സാധാരണക്കാരനായി, ലളിതമായ ഭാഷയിൽ സംസാരിച്ച്, ആത്മാഭിമാന പ്രസ്ഥാനത്തിന്റെ പ്രചാരണത്തിനായി അദ്ദേഹം തമിഴ്നാടിന്റെ മുക്കിലും മൂലയിലും

കടന്നുചെന്നു. സത്യത്തിന്റെ മൂർച്ചയുള്ള വാക്കുകളിൽ നൂറുകണക്കിന് യോഗങ്ങളിൽ പങ്കെടുത്തു സംസാരിച്ചു. ഈ ഭൂമിയിലെ മനുഷ്യജീവിതാവസ്ഥകളാണ് അദ്ദേഹം വിശദീകരിച്ചത്. അദ്ദേഹത്തിന്റേത് തികച്ചും ഭൗതികവാദപ്രചരണമായിരുന്നു. വേദശാസ്ത്രങ്ങളിലും പുരാണങ്ങളിലും പറയുന്ന മിത്തുകൾ എല്ലാം പുരോഹിത വർഗ്ഗത്തിന്റെ സൃഷ്ടിയാണ്. പരലോകഭീതിയും നരകശിക്ഷയും വർണ്ണിച്ച് അനാചാരങ്ങളും അന്ധവിശ്വാസങ്ങളും വളർത്തി ഒരു ജനതയെ മുഴുവൻ ഭയത്തിൽ തളച്ചിടുകയാണ് ബ്രാഹ്മണപുരോഹിതരുടെ ലക്ഷ്യം. സ്ത്രീകളുടെ സ്ഥിതിയാകട്ടെ എന്നും ദയനീയമാണ്. ശിശുവിവാഹം, വിധവകളുടെ പരിതാപസ്ഥിതി, മിശ്രവിവാഹം തുടങ്ങിയ പ്രശ്നങ്ങളിലെല്ലാം പെരിയാർ ഇടപെട്ടുകൊണ്ടിരുന്നു. ദേവദാസി സമ്പ്രദായം തടയണമെന്നും സ്ത്രീകൾക്ക് വിദ്യാഭ്യാസവും തൊഴിലും ഉറപ്പുവരുത്തണമെന്നും അദ്ദേഹം വാദിച്ചു. തന്റെ സ്വാഭിമാനപ്രസ്ഥാനത്തിന്റെ കീഴിൽ പെൺകുട്ടികൾക്കുവേണ്ടി ഇരുപതോളം വിദ്യാഭ്യാസസ്ഥാപനങ്ങൾ ആരംഭിച്ചു.

ആധുനിക സമൂഹത്തിന്റെ പ്രശ്നങ്ങൾക്കെല്ലാം മൂലകാരണം മതമാണെന്ന് പെരിയാർ മനസ്സിലാക്കി. ഹിന്ദുമതത്തെ മാത്രമല്ല, ഇസ്ലാം ക്രൈസ്തവ അന്ധവിശ്വാസങ്ങളെയും പെരിയാർ എതിർത്തു. ഇന്ത്യ വെറുമൊരു ഹിന്ദുരാജ്യമായിക്കൂടാ എന്ന അഭിപ്രായക്കാരനായിരുന്നു ഇ വി രാമസ്വാമി. കേരളത്തിൽ ശ്രീ നാരായണഗുരുവിന്റെ അയിത്തോച്ചാടന പ്രവർത്തനങ്ങളോട് പെരിയാറിന് അനുഭാവമായിരുന്നു. സ്വാഭിമാന പ്രസ്ഥാനം യുക്തിസഹമായ അയിത്തോച്ചാടന പ്രസ്ഥാനമായിരുന്നു. പ്രസിദ്ധമായ വൈക്കം സത്യാഗ്രഹത്തിൽ ഇ വി ആർ പങ്കെടുത്തിരുന്നു. ആ സത്യാഗ്രഹത്തിന്റെ ഫലമായി, വൈക്കത്ത് തൊട്ടുകൂടായ്മയെ തുടച്ചുനീക്കുവാനും കീഴ്ജാതിക്കാരായവർക്ക് ക്ഷേത്രത്തിൽ പ്രവേശിക്കുവാനും സാധിച്ചു.

പിൽക്കാലത്ത് ജസ്റ്റിസ് പാർട്ടി രൂപപ്പെടുകയും അത് ദ്രാവിഡ കഴകമെന്ന പേരിൽ ശക്തമാവുകയും ചെയ്തപ്പോൾ പെരിയാർ രാഷ്ട്രീയ രംഗത്തും പ്രവർത്തിച്ചു. എങ്കിലും, വീണ്ടും തന്റെ സാമൂഹ്യപരിഷ്കരണ പ്രവർത്തനങ്ങളിലേക്കുതന്നെ അദ്ദേഹം മടങ്ങിച്ചെന്നു. തമിഴകത്തിന്റെ സമൂഹത്തിൽ വൻപിച്ച മാറ്റങ്ങൾ സൃഷ്ടിക്കാൻ സ്വാഭിമാനപ്രസ്ഥാനത്തിന് സാധിച്ചു. സാധാരണക്കാരായ ജനങ്ങളിൽ അവരുടെ സാമൂഹ്യസ്ഥിതിയെക്കുറിച്ച് ഒരു അവബോധം സൃഷ്ടിക്കാനും അത് കാരണമായി.

6

നവോത്ഥാനത്തിന്റെ കേരളീയഭൂമിക

പത്തൊമ്പതാം നൂറ്റാണ്ടിന്റെ അവസാനത്തോടുകൂടി കേരളത്തിലും നവോത്ഥാന ആശയങ്ങൾ സജീവമായി. ജന്മി-കുടിയാൻ സങ്കുചിതത്വത്തിൽ ജാതീയതയും തൊട്ടുകൂടായ്മയും തീണ്ടിക്കൂടായ്മയും പോലുള്ള അനാചാരങ്ങൾ നിറഞ്ഞ ഒരു സമൂഹമായിരുന്നു ഇവിടെയും നിലനിന്നിരുന്നത്. എന്നാൽ ഒരു കാലഘട്ടമായപ്പോൾ സവർണ്ണ ജന്മിത്വത്തിന്റെ, സർവാധിപത്യത്തിനെതിരെ ഒറ്റപ്പെട്ട പ്രതിഷേധസ്വരങ്ങളുയർന്നു തുടങ്ങി. കീഴാളവർഗ്ഗക്കാരുടെ കലാപങ്ങൾ നാൾക്കുനാൾ വർദ്ധിച്ചുവന്നു.

മതത്തിലും സമൂഹത്തിലും നിലനിന്നിരുന്ന അസമത്വങ്ങളെ എതിർക്കുകയും മനുഷ്യരെല്ലാം സമന്മാരാണെന്ന തത്ത്വം ഉയർത്തിപ്പിടിക്കുകയും ചെയ്ത ശ്രീ നാരായണഗുരു കേരളത്തിന്റെ നവോത്ഥാന ചരിത്രത്തിൽ നിർണ്ണായകമായ ഒരു സാന്നിധ്യം മാത്രമല്ല, ആധുനിക ഇന്ത്യയിലെതന്നെ, മഹാന്മാരായ പരിഷ്കർത്താക്കളിൽ ഒരാൾ കൂടിയായിരുന്നു.

കേരളത്തിലെ ഈഴവസമുദായം കൃഷിയിലും മറ്റും ഏർപ്പെട്ട്, നായർ ജന്മിമാരുടെ കുടിയാന്മാരായും നാടുവാഴികളുടെ കീഴിൽ സൈനികസേവനം ചെയ്തും ആണ് ജീവിച്ചിരുന്നത്. വിദ്യാഭ്യാസം സിദ്ധിച്ച ഒരു ന്യൂനപക്ഷവും അവർക്കിടയിലുണ്ടായിരുന്നു. സമൂഹത്തിലെ ഒരു ഗണ്യമായ ജനവിഭാഗമായിരുന്നിട്ടും, ഈഴവരുടെ നില പരിതാപകരമായിരുന്നു. അവർ തൊട്ടുകൂടാത്തവരായിരുന്നു. അതിനാൽത്തന്നെ, വസ്ത്രധാരണത്തെ സംബന്ധിച്ചും ആചാരാനുഷ്ഠാനങ്ങളിലും അവർക്കുമേൽ പല നിയന്ത്രണങ്ങളുമുണ്ടായിരുന്നു. പൊതുവിദ്യാലയങ്ങളിൽ അവർക്ക്

പ്രവേശനമില്ലായിരുന്നു. സർക്കാർ ഉദ്യോഗങ്ങൾ അവർക്ക് അപ്രാപ്യമായിരുന്നു. ആരാധനാലയങ്ങളിൽ കടക്കാൻ പാടില്ലായിരുന്നു.

അതേസമയം, കേരളത്തിലെ ജനസംഖ്യയുടെ 26ശതമാനം അന്ന് ഈഴവസമുദായത്തിൽപ്പെട്ടവരായിരുന്നു.

പത്തൊൻപതാം നൂറ്റാണ്ടിന്റെ മദ്ധ്യത്തോടെ, ഈഴവരുടെയിടയിലും സ്വന്തം നില മെച്ചപ്പെടുത്താനുള്ള ഒറ്റപ്പെട്ട ശ്രമങ്ങൾ ഉണ്ടായിത്തുടങ്ങി. എന്നാൽ അത്തരം പ്രവർത്തനങ്ങളെ പിന്നീട് ഒരു മഹത്തായ മത-സാമൂഹിക പരിഷ്കരണപ്രസ്ഥാനമാക്കി വളർത്തിയെടുത്തത് ശ്രീ നാരായണഗുരുവാണ്.

1854-ൽ തിരുവനന്തപുരത്തിനടുത്തുള്ള ഒരു ഈഴവകുടുംബത്തിലായിരുന്നു ശ്രീനാരായണന്റെ ജനനം. എഴുത്താശാൻ ആയിരുന്ന പിതാവിൽനിന്ന് സംസ്കൃതത്തിലും മലയാളത്തിലും തമിഴിലും, പിന്നെ ജ്യോതിഷത്തിലും പാണ്ഡിത്യം നേടി; അധികം വൈകാതെതന്നെ, സ്വസമുദായത്തിന്റെ അവശതകൾ തുടച്ചുനീക്കുവാനുള്ള ധീരമായ ശ്രമങ്ങൾ തുടങ്ങി; 'തുടക്കം ഈഴവസമുദായത്തിനെ ഉദ്ധരിച്ചാണെങ്കിലും, ഫ്യൂഡൽ ജീവിതബന്ധത്തിന്റെ സകല ജീർണ്ണതകൾക്കുമെതിരെയുള്ള സമരോത്സുകമായ വെല്ലുവിളിയായി ശ്രീനാരായണൻ വികസിക്കുന്നുണ്ട്'.

1887-88-ൽ അരുവിപ്പുറത്ത് വിഗ്രഹപ്രതിഷ്ഠ നടത്തിയതിലൂടെ, വിഗ്രഹസംബന്ധിയായ സകല പാരമ്പര്യങ്ങളെയും ശ്രീനാരായണൻ വെല്ലുവിളിക്കുകയായിരുന്നു; താൻ പ്രതിഷ്ഠിച്ചത് ബ്രാഹ്മണശിവനെയ

ശ്രീനാരായണ ഗുരുവും ടാഗോറും

നാരായണഗുരു ജനിച്ച കുടിൽ

ല്ലെന്നും ഈഴവശിവനെയാണെന്നും പ്രഖ്യാപിച്ചപ്പോൾ അവിടെ ഉയർന്നത് ഒരു സംഘടിതശക്തിയുടെ സ്വരമായിരുന്നു; സംസ്കൃത മന്ത്രോച്ചാരണത്തിന് പകരം, സാധാരണക്കാരന്റെ ഭാഷ അദ്ദേഹം പൂജാരിക്ക് നൽകി.

സമൂഹത്തിൽ ഈഴവരുടെ സ്ഥാനം മെച്ചപ്പെടുന്നതിന്, ഈഴവർ സ്വയം മാറ്റങ്ങളെ ഉൾക്കൊള്ളണമെന്ന് ശ്രീനാരായണൻ ഉദ്ഘോഷിച്ചു; കള്ളു ചെത്തുക എന്ന തൊഴിൽ ഉപേക്ഷിക്കണമെന്നും മദ്യം കഴിക്കരുതെന്നും അവരോട് ഉപദേശിച്ചു. 'മദ്യം കഴിക്കരുത്, കൊടുക്കരുത്, ഉണ്ടാക്കരുത്' എന്ന ഒറ്റ വാക്യത്തിലൂടെ, ഈഴവരുടെ സ്ഥാനത്തെയും ആചാരത്തെയും തൊഴിലിനെയും സമന്വയിപ്പിച്ചു; ഈഴവരുടെയിടയിൽ നിലനിന്നിരുന്ന എല്ലാ ദുരാചാരങ്ങളെയും അദ്ദേഹം ശക്തിയായി എതിർത്തു. താലികെട്ടു കല്യാണം, തിരണ്ടുകുളി, പുളികുടി മുതലായ ദുഷിച്ച ചടങ്ങുകൾ തീർത്തും ഉപേക്ഷിക്കാനും മൃഗബലിയും മറ്റും നിർത്തിവെക്കാനും അദ്ദേഹം ഉപദേശിച്ചു. പാശ്ചാത്യവിദ്യാഭ്യാസം സ്വീകരിച്ച്, കച്ചവടം വാണിജ്യം പോലുള്ള തൊഴിലുകളിൽ ഏർപ്പെട്ട്, ജീവിതത്തിൽ പുരോഗതി നേടാൻ, അതുവഴി സമൂഹത്തിൽ അർഹമായ സ്ഥാനം നേടാൻ അദ്ദേഹം ഈഴവരെ ആഹ്വാനം ചെയ്തു.

പരമ്പരാഗതമായി അനുഷ്ഠിച്ചു പോന്നിരുന്ന ആർഭാടകരമായ പല ചടങ്ങുകൾക്കും പകരം ലളിതവും ചെലവു കുറഞ്ഞതുമായ ചടങ്ങുകൾക്ക് അദ്ദേഹംതന്നെ രൂപം കൊടുത്തു. താൻ പ്രതിഷ്ഠ നടത്തിയ ക്ഷേത്രങ്ങളിൽ പൂജാരിമാർ ഈഴവരായിരിക്കുമെന്നും അവിടെ ഈഴവർക്കും ഹിന്ദുമതത്തിൽ അയിത്തജാതിക്കാരായി കരുതപ്പെട്ടിരുന്ന മറ്റു സമുദായക്കാർക്കും പ്രവേശനമുണ്ടാകുമെന്നും ശ്രീ നാരായണൻ പറഞ്ഞു.

'ഒരു ജാതി, ഒരു മതം, ഒരു ദൈവം മനുഷ്യന്' എന്നും 'മതമേതായാലും മനുഷ്യൻ നന്നായാൽ മതി' എന്നും ഉള്ള തന്റെ പ്രസിദ്ധമായിത്തീർന്ന ആപ്തവാക്യങ്ങളിൽക്കൂടി, ജാതികൾക്കും മതങ്ങൾക്കുമപ്പുറം, മനുഷ്യരാശിയെ മുഴുവൻ ഒറ്റയായിക്കാണുന്ന ശ്രീനാരായണന്റെ ആദർശം സുവ്യക്തമാകുന്നു. ഈഴവസമുദായക്കാരുടെ ഉന്നമനം എന്നതും കടന്ന് കേരളത്തിലെ എല്ലാ അധഃസ്ഥിത വർഗ്ഗക്കാരുടെയും ഉന്നമനം എന്ന ഉദാത്തമായ ആശയത്തിലേക്ക് പരിഷ്കരണ പ്രസ്ഥാന

കുമാരനാശാൻ

ങ്ങളുടെ ദിശ തിരിച്ചുവിടുവാൻ ശ്രീ നാരായണ പ്രസ്ഥാനത്തിന് കഴിഞ്ഞു.

ശ്രീനാരായണന്റെ പ്രഗൽഭരായ രണ്ടു അനുയായികളിൽക്കൂടി കേരളത്തിലെ ഈഴവർ സുസംഘടിതരായി പുരോഗമനത്തിന്റെ പാതയിലൂടെ മുന്നോട്ടുപോയി. ഈഴവസമുദായത്തിൽ നിന്ന് ആദ്യമായി ആധുനികവൈദ്യശാസ്ത്രത്തിൽ ബിരുദം നേടിയ ഡോ. പൽപ്പുവും തന്റെ ആശയഗംഭീരമായ കവിതകളിലൂടെ എന്നും സ്മരണീയനായിത്തീർന്ന കുമാരനാശാനും ആയിരുന്നു അവർ. ശ്രീനാരായണധർമ്മപരിപാലനസംഘം, സ്ഥാപിതമായ കാലം തൊട്ട് ഇന്നും, സമൂഹത്തിൽ ഒരു ശക്തിയായി നിലകൊള്ളുന്നുണ്ട്.

ആധുനികകേരളത്തിന്റെ സാമൂഹ്യപരിഷ്കർത്താക്കളിൽ പ്രമുഖനാണ് ചട്ടമ്പി സ്വാമികൾ. 1853-ൽ തിരുവനന്തപുരത്തിനടുത്ത് കണ്ണമ്മൂലയിൽ ജനിച്ച അയ്യപ്പനാണ് പിൽക്കാലത്ത് ചട്ടമ്പിസ്വാമികൾ എന്ന പേരിൽ പ്രസിദ്ധനായിത്തീർന്നത്. സംസ്കൃതം, മലയാളം, തമിഴ് തുടങ്ങിയ ഭാഷകൾക്ക് പുറമെ, ഗണിതശാസ്ത്രം, സംഗീതം, ചിത്രകല, മതം തുടങ്ങിയ വിഷയങ്ങളിലും പാണ്ഡിത്യം നേടിയ അദ്ദേഹം, യുവാവായിരിക്കെത്തന്നെ സന്യാസജീവിതം സ്വീകരിച്ച് തന്റെ യാത്രകൾക്കിടയിൽ ശ്രീ നാരായണഗുരുവിനെയും കണ്ടുമുട്ടി.

ബ്രാഹ്മണാധിപത്യത്തെ നിശിതമായി വിമർശിച്ച ചട്ടമ്പിസ്വാമികൾ, മുഖ്യമായും വടക്കൻ തിരുവിതാംകൂറിലെയും കൊച്ചിരാജ്യത്തിലെയും നായർ സമുദായക്കാരുടെയിടയിൽ ഉറച്ച സാമൂഹികബോധം ഉണർത്തുന്നതിൽ ശ്രദ്ധയൂന്നി. സാമൂഹ്യതിന്മകൾക്കെതിരെ പോരാടാൻ അവരെ പ്രേരിപ്പിച്ചു. നായർ സമുദായക്കാരുടെയിടയിൽത്തന്നെ, അനാവശ്യവും ആർഭാടകരവുമായ ധാരാളം ചടങ്ങുകളും ആചാരാനുഷ്ഠാനങ്ങളും നിലനിന്നിരുന്നു. ഇവയെല്ലാം തീർത്തും ഉപേക്ഷിക്കണമെന്നും, അങ്ങനെ, നായർ സമുദായം അവരുടെ ജീർണ്ണാ

ചട്ടമ്പിസ്വാമികൾ

വസ്ഥയിൽനിന്നും മുക്തി നേടണമെന്നും അദ്ദേഹം ഉപദേശിച്ചു. അദ്ദേഹത്തിന്റെ പ്രവർത്തനങ്ങളുടെ ഫലമായി, നായർ സമുദായക്കാരുടെയിടയിൽ ഒരു ഉണർവ്വുണ്ടായി. പിന്നീട്, നായർ സർവ്വീസ് സൊസൈറ്റിയുടെ കീഴിൽ, മന്നത്തു പത്മനാഭന്റെ നേതൃത്വത്തിൽ, ആ സമുദായക്കാർ കേരള സമൂഹത്തിൽ തങ്ങൾക്കർഹമായ സ്ഥാനം നേടിയെടുക്കുന്നതിൽ വിജയിച്ചു.

അയ്യങ്കാളി

ശ്രീനാരായണ ഗുരുവിനെയും ചട്ടമ്പി സ്വാമികളെയും പോലെതന്നെ കേരളസമൂഹം സ്മരിക്കുന്ന ഒരു വ്യക്തിത്വമാണ് അയ്യങ്കാളിയുടേത് (1866 -1941). ഈ രണ്ടു സാമൂഹ്യപരിഷ്കർത്താക്കളിൽനിന്നും പ്രചോദനമുൾക്കൊണ്ട്, കേരളത്തിലെ അങ്ങേയറ്റം അവശതകളും ദുരിതങ്ങളും അനുഭവിച്ചിരുന്ന പുലയസമുദായക്കാർക്ക് പ്രതീക്ഷയുടെ പുത്തൻ വെളിച്ചമായിത്തീർന്നയാളാണ് അയ്യങ്കാളി. എസ് എൻ ഡി പിയെ അനുകരിച്ച് പുലയരുടെ ക്ഷേമത്തിനും ഉന്നമനത്തിനുമായി അയ്യങ്കാളി സാധുജന പരിപാലന യോഗം (1907) സ്ഥാപിച്ചു.

അയ്യങ്കാളി

പതിതസമുദായത്തിൽപ്പെട്ടവർക്ക് നേരിട്ടുള്ള ഈശ്വരപൂജ ചെയ്യാനുള്ള അവകാശവും സ്വാതന്ത്ര്യവും ഉണ്ടെന്ന് അവരെ ബോധ്യപ്പെടുത്തുകയാണ് സാമുദായിക പരിഷ്കരണത്തിന്റെ പ്രഥമപടിയെന്ന് അയ്യങ്കാളി വിശ്വസിച്ചു. അയിത്തജാതിക്കാർക്ക് പൊതുവഴിയിലൂടെ നടന്നുപോകാനുള്ള സ്വാതന്ത്ര്യത്തിനു വേണ്ടി വെള്ളക്കാളകളെ പൂട്ടിയ ഒരു വില്ലുവണ്ടിയിൽ നിരോധിക്കപ്പെട്ട വഴികളിലൂടെ സഞ്ചരിക്കാൻ ധീരതകാട്ടി അദ്ദേഹം. ഇതിന്റെ ഫലമായി സവർണ്ണരും അയിത്തജാതിക്കാരും തമ്മിൽ ഏറ്റുമുട്ടലുകളുണ്ടായി. പക്ഷേ, ഒരു വലിയ മാറ്റത്തിന്റെ തുടക്കമായിരുന്നു അത്.

1905-ൽ അയ്യങ്കാളി വെങ്ങാനൂരിൽ സ്ഥാപിച്ച കുടിപ്പള്ളിക്കൂടം അധഃകൃതരുടെ ആദ്യത്തെ സ്കൂൾ ആയിത്തീർന്നു. അയിത്തജാതിക്കാരും അക്ഷരം പഠിക്കട്ടെ എന്ന് അദ്ദേഹം കരുതി. സവർണ്ണർ ആ സ്കൂൾ തീവെച്ച് നശിപ്പിച്ചു.

അതേ സ്ഥലത്തുതന്നെ വീണ്ടും സ്കൂൾ കെട്ടിടം ഉയർന്നു. അയിത്ത ജാതിക്കാർക്ക് ചിരട്ടകളിൽ മാത്രമേ അന്ന് കാപ്പി കൊടുക്കുകയുള്ളൂ. ചിരട്ടകൾ തകർക്കാൻ അയ്യങ്കാളി ആഹ്വാനം ചെയ്തു. ഹിന്ദുവായി ജനിച്ചതിലും ജീവിക്കുന്നതിലും അഭിമാനിച്ചിരുന്ന അദ്ദേഹം, ക്രിസ്തുമതപരിവർത്തനം നിർത്തലാക്കണമെന്നഭ്യർത്ഥിച്ചുകൊണ്ട് തിരുവിതാംകൂർ മഹാരാജാവിന് നിവേദനം നൽകി.

'ഞങ്ങളുടെ കുഞ്ഞുങ്ങളെ പള്ളിക്കൂടങ്ങളിൽ പ്രവേശിപ്പിച്ചില്ലെങ്കിൽ ഞങ്ങൾ പാടത്തിറങ്ങി പണിചെയ്യാനുമില്ല' എന്ന് അയ്യങ്കാളി പ്രഖ്യാപിച്ചപ്പോൾ അത് കേരളത്തിലെ കർഷകത്തൊഴിലാളികളുടെ ആദ്യത്തെ സമരമായി മാറി.

ശ്രീമൂലം തിരുനാൾ രാജാവ് 1888ൽ സ്ഥാപിച്ച നിയമനിർമ്മാണ സഭയിലേക്ക്, അധഃസ്ഥിതവിഭാഗത്തിൽ നിന്നുതന്നെ പ്രതിനിധിയാക്കപ്പെട്ട ആദ്യവ്യക്തിയായിരുന്നു അയ്യങ്കാളി. സർക്കാരിന്റെ വക സ്കൂളിൽ പുലയർ അടക്കം എല്ലാ അധഃസ്ഥിത വർഗ്ഗക്കാർക്കും അവരുടെ കുട്ടികളെ ചേർത്തുപഠിപ്പിക്കുന്നതിന് ഗവൺമെന്റ് ഉത്തരവിറക്കണമെന്ന് അയ്യങ്കാളി പ്രജാസഭയിൽ പറഞ്ഞു. 'അവശജനങ്ങളുടെ ആവേശപ്രഭവ' സ്ഥാനമെന്നും 'സാമൂഹികസമത്വത്തിന്റെ ഉൾപ്രേരണയുടെ പ്രതീക'മെന്നും പിൽക്കാലത്ത് ശ്രീമതി ഇന്ദിരാഗാന്ധി, അയ്യങ്കാളിയെ വിശേഷിപ്പിക്കുകയുണ്ടായി.

വക്കം അബ്ദുൾഖാദർ മൗലവി

ഇരുപതാം നൂറ്റാണ്ടിന്റെ തുടക്കത്തിൽ കേരളത്തിൽ വിദ്യാഭ്യാസപരമായും സാമ്പത്തികമായും പിന്നോക്കം നിന്നിരുന്ന മുസ്ലിംജനതയുടെ നവോത്ഥാനത്തിനായി പ്രവർത്തിച്ച പ്രമുഖ വ്യക്തിയാണ് വക്കം അബ്ദുൾഖാദർ മൗലവി. അറബിക്, പേർഷ്യൻ, ഉർദു, മലയാളം തുടങ്ങിയ ഭാഷകളിൽ പ്രാമുഖ്യം നേടിയിരുന്ന മൗലവി സ്വസമുദായക്കാരെ പുരോഗതിയുടെ പാതയിലേക്ക് നയിക്കാൻ ശ്രമിച്ചു. ഇംഗ്ലീഷ് വിദ്യാഭ്യാസം സ്വീകരിക്കാനും എല്ലാവിധത്തിലുമുള്ള പുരോഗമന പ്രവർത്തനങ്ങളിലും പങ്കുചേരുവാനും അദ്ദേഹം ആവശ്യപ്പെട്ടു. *മുസ്ലിം, ദീപിക* എന്നീ രണ്ട് പ്രസിദ്ധീകരണങ്ങളിലൂടെ തന്റെ ആശയങ്ങൾ പ്രചരിപ്പിച്ചു. *സ്വദേശാഭിമാനി* പത്രം വക്കം മൗലവിയുടെ ഉടമസ്ഥതയിലുള്ളതായിരുന്നു. മുസ്ലിങ്ങൾക്കായും ഒരു സാമുദായിക സംഘടന രൂപീകരിച്ച്, തന്റെ പ്രവർത്തനങ്ങൾക്ക് ശക്തിയേകി. കേരളത്തിലെ മുസ്ലിം സമുദായം അവരുടെ പുരോഗതിക്ക് വക്കം മൗലവിയോട് കടപ്പെട്ടിരിക്കുന്നു.

വക്കം അബ്ദുൾഖാദർ മൗലവി

അയിത്തോച്ചാടന പ്രക്ഷോഭങ്ങൾ - വൈക്കം, ഗുരുവായൂർ സത്യ ഗ്രഹങ്ങൾ:

ആധുനികകേരളത്തിലുണ്ടായ സാമൂഹ്യപരിഷ്കരണപ്രവർത്തന ങ്ങളിൽ ഏറ്റവും അധികം സ്മരിക്കപ്പെടേണ്ടത് തൊട്ടു കൂടായ്മക്കും തീണ്ടിക്കൂടാ യ്മക്കും എതിരെ നടന്ന പ്രക്ഷോഭങ്ങൾ തന്നെയാണ്. ശ്രീനാരായണഗുരു, ചട്ടമ്പി സ്വാമികൾ തുടങ്ങിയ പരി ഷ്കർത്താക്കൾക്ക് പുറമെ ഒട്ടേറെ വ്യക്തികളുടെ അ ക്ഷീണപരിശ്രമത്തിന്റെയും ത്യാഗപൂർണ്ണമായ പ്രക്ഷോ ഭങ്ങളുടെയും ഫലമായാണ് കേരളത്തിലെ അയിത്തജാ തിക്കാർക്ക് ക്ഷേത്രപ്രവേ ശനം സാധ്യമായത് എന്നത് സുവിദിതമാണ്.

ഗുരുവായൂർ ശ്രീകൃഷ്ണസ്വാമി ക്ഷേത്രം

അയിത്തജാതിക്കാരെന്ന് മുദ്രകുത്തപ്പെട്ടവർക്ക് വൈക്കം ക്ഷേത്ര ത്തിലേക്കുള്ള വഴി തുറന്നുകൊടുക്കാനായി 1924-25ൽ നടത്തിയ വൈക്കം സത്യഗ്രഹം ലക്ഷ്യപ്രാപ്തി നേടി. തുടർന്ന്, തിരുവിതാംകൂ റിലെ മറ്റു ക്ഷേത്രങ്ങളുടെയും വഴികൾ അവർണ്ണർക്കായി തുറന്നുകൊ ടുക്കപ്പെട്ടു. 1931-32ൽ നടന്ന ഗുരുവായൂർ സത്യഗ്രഹവും അയിത്തോച്ചാ ടന പ്രക്ഷോഭത്തിന്റെ ചരിത്രത്തിൽ ഓർമ്മിക്കപ്പെടേണ്ട സംഭവമാണ്. അന്ന്, സത്യഗ്രഹം വിജയിച്ചില്ലെങ്കിലും കേരളത്തിൽ അയിത്താചാര ത്തിനെതിരെ ശക്തമായ ഒരു അന്തരീക്ഷം സൃഷ്ടിക്കാൻ ഗുരുവായൂർ സത്യഗ്രഹത്തിന് കഴിഞ്ഞു.

വൈക്കം-ഗുരുവായൂർ സത്യഗ്രഹങ്ങളെക്കാളേറെ ഒരുപക്ഷേ, കേര ളത്തിന്റെ നവോത്ഥാന ചരിത്രത്തിൽ ഉജ്ജ്വലമായ ഒരു ഓർമ്മയാണ് തിരുവിതാംകൂർ മഹാരാജാവ് ശ്രീചിത്തിരതിരുനാൾ ബാലരാമവർമ്മ നട ത്തിയ ക്ഷേത്രപ്രവേശന വിളംബരം. 1836 നവംബർ 12ന് രാജാവ് തന്റെ രാജ്യത്തെ ക്ഷേത്രവാതിലുകൾ തന്റെ ഹിന്ദുപ്രജകൾക്കായി തുറന്നു കൊടുത്തുകൊണ്ട്, ഇന്ത്യയുടെ ചരിത്രത്തിൽത്തന്നെ ഒരു സുവർണ്ണാ ധ്യായം എഴുതിച്ചേർത്തു. മഹാത്മാഗാന്ധി ഈ വിളംബരത്തെ മുക്ത കണ്ഠം പ്രശംസിച്ചു.

വൈകുണ്ഠസ്വാമികൾ

സ്വാതിതിരുനാളിന്റെ ഭരണകാലത്ത്, തെക്കൻതിരുവിതാംകൂറിലും മദ്രാസ് സംസ്ഥാനത്തിന്റെ തെക്കൻജില്ലകളിലും വിപ്ലവകരമായ തന്റെ

പ്രവർത്തനങ്ങളിലൂടെ ശ്രദ്ധേയനായ ഒരു സാമൂഹികപരിഷ്കരണ വാദിയായിരുന്നു വൈകുണ്ഠസ്വാമികൾ. തന്റെ സഹജാതരുടെ സമഗ്രപുരോഗതിയായിരുന്നു അദ്ദേഹത്തിന്റെ ലക്ഷ്യം. ഒട്ടേറെ അവശതകൾ അനുഭവിച്ചിരുന്ന നാടാർ സമുദായത്തെ ഉയിർത്തെഴുന്നേൽപ്പിക്കാൻ അദ്ദേഹം ധീരശ്രമം നടത്തി. അതോടൊപ്പം ബ്രാഹ്മണ മേധാവിത്വത്തിനും ജാതിഹിന്ദുക്കൾക്കും എതിരായ പ്രക്ഷോഭങ്ങളും ശക്തമാക്കി. പള്ളർ തൊട്ടുള്ള പതിനെട്ടു ജാതിയിൽപ്പെട്ടവരെ അണിനിരത്തി ക്ഷേത്രപ്രവേശനത്തിനുവേണ്ടി പ്രക്ഷോഭം നടത്തി. സവർണ്ണപ്രമാണിമാരെ ചൊടിപ്പിച്ച വ്യക്തിയായിരുന്നു അദ്ദേഹം. അദ്ദേഹം ജീവിച്ചിരുന്ന കാലത്തെ രാഷ്ട്രീയസാമൂഹികാന്തരീക്ഷം വൈകുണ്ഠസ്വാമികളുടെ പ്രവർത്തനങ്ങൾക്ക് വിഘാതമായി നിന്നു.

സാമൂഹ്യപരിഷ്കരണപ്രവർത്തനം നമ്പൂതിരിമാരുടെയിടയിൽ

കേരളത്തിലെ മലയാളബ്രാഹ്മണരുടെയിടയിലും ഒട്ടേറെ അനാചാരങ്ങൾ നിലനിന്നിരുന്നു. കുടുംബത്തിലെ മൂത്തമകനൊഴികെ മറ്റുള്ളവർക്ക് സ്വസമുദായത്തിൽനിന്ന് വിവാഹം നിഷിദ്ധമായിരുന്നു. നമ്പൂതിരി സ്ത്രീകൾ എന്നും മറക്കുടയ്ക്ക് പിന്നിലായിരുന്നു. 1908 ൽ സ്ഥാപിക്കപ്പെട്ട യോഗക്ഷേമസഭ നമ്പൂതിരിമാർ പാശ്ചാത്യവിദ്യാഭ്യാസം നേടണമെന്നും അന്തർജ്ജനങ്ങൾ മറക്കുടയിൽനിന്നും പുറത്തുവരണമെന്നും ഉള്ള ലക്ഷ്യങ്ങളോടെ പ്രവർത്തിച്ചു. വി ടി ഭട്ടതിരിപ്പാടിന്റെ *അടുക്കളയിൽനിന്നും അരങ്ങത്തേക്ക്* എന്ന നാടകം നമ്പൂതിരി സ്ത്രീകളുടെ ‘അന്തർജ്ജനപ്പട്ട’ത്തിനെതിരെയുള്ള കലാപമായി. ‘സമൂഹത്തിൽ നിലനിന്ന അശാസ്ത്രീയമായ കീഴ്വഴക്കങ്ങളും ആചാരനിഷ്ഠകളും നിഷ്കർഷിക്കുന്ന കുടുംബവ്യവസ്ഥയാൽ നിയന്ത്രിക്കപ്പെടുന്ന വിവാഹം വ്യക്തിസ്വാതന്ത്ര്യത്തിന്റെ തലത്തിലേക്ക് നവീകരിക്കപ്പെട്ടു.’

വി ടി ഭട്ടതിരിപ്പാട്

സമസൃഷ്ടികളെ നീചരായിക്കണ്ട് അവർക്ക് ജന്മാവകാശങ്ങൾ നിഷേധിക്കുകയും അതുവഴി സമൂഹത്തിൽ അന്യായമായ അസമത്വം സൃഷ്ടിക്കുകയും ചെയ്ത മനുഷ്യർക്കെതിരെ, പാരമ്പര്യങ്ങൾക്കെതിരെ, ഇത്തരത്തിൽ പടയ്ക്കൊരുങ്ങിയ ഒട്ടേറെ വ്യക്തികൾ 1920 നൂറ്റാണ്ടുകളിൽ കേരളത്തിലുണ്ടായി. മതവും ജാതികളും മനുഷ്യസമൂഹത്തെ കീറിമുറിക്കുന്നതിനെതിരെ അവർ നടത്തിയ പോരാട്ടങ്ങളുടെ ഫലമായി, വിവേകാനന്ദൻ ‘ഭ്രാന്താലയം’ എന്ന് വിശേഷിപ്പിച്ച ഈ കേരളവും, മാറ്റങ്ങൾക്ക് വഴിമാറിക്കൊടുത്തു.

നിയമനിർമ്മാണത്തിലൂടെയുണ്ടായ സാമൂഹ്യപരിഷ്കരണം

പത്തൊമ്പതാം നൂറ്റാണ്ടിലെ സാമൂഹ്യപരിഷ്കർത്താക്കൾ എല്ലാവരുംതന്നെ തങ്ങളുടെ ലക്ഷ്യങ്ങളിലും പ്രവർത്തനങ്ങളിലും പ്രത്യേക പരിഗണന നൽകിയ രണ്ട് കാര്യങ്ങളുണ്ടായിരുന്നു. അതിൽ ഒന്ന് സ്ത്രീ സ്വാതന്ത്ര്യവും മറ്റൊന്ന് ജാതിവ്യവസ്ഥയിലെ ദൂഷ്യങ്ങളെ, പ്രത്യേകിച്ചും അയിത്താചരണത്തെ, തുടച്ചുനീക്കലുമായിരുന്നു. നൂറ്റാണ്ടുകളായി ചാതുർവണ്ണ്യ വ്യവസ്ഥ അടിച്ചേൽപ്പിച്ച ദുരാചാരങ്ങളിൽപ്പെട്ട് ഇന്ത്യയിലെ സ്ത്രീവർഗ്ഗം ഉഴലുകയായിരുന്നല്ലോ. സതി, പെൺശിശുഹത്യ, ബാലവിവാഹം, ബഹുഭാര്യത്വം, പർദ്ദ എന്നിവയ്ക്ക് പുറമെ വിധവകളുടെ ദുരിതപൂർണ്ണമായ അവസ്ഥ, വിദ്യാഭ്യാസം നിഷേധിക്കൽ, സ്വന്തമായി സ്വത്തവകാശമില്ലായ്മ, അടിമത്തം തുടങ്ങി അനന്തമായ വിലക്കുകളും നിയമങ്ങളുംകൊണ്ട് വീർപ്പുമുട്ടുന്ന അവസ്ഥയിലായിരുന്ന സ്ത്രീസമൂഹത്തെ മാന്യമായ മനുഷ്യജീവിതം നയിക്കുന്നതിലേക്ക് കൈപിടിച്ചുയർത്തുവാൻ രാജാറാം മോഹൻറോയി തൊട്ടുള്ള നവോത്ഥാനനായകൻമാരെല്ലാം ശ്രമിച്ചിരുന്നു.

സർ ചാൾസ്‌വുഡ്

1829-ൽ അന്നത്തെ ഗവർണ്ണർ ജനറലായിരുന്ന വില്യംബെന്റിക് പ്രഭു 'സതി' എന്ന അനാചാരം നിർത്തലാക്കിക്കൊണ്ട് ഉത്തരവ് പുറപ്പെടുവിച്ചു. അതിന്റെ പിന്നിൽ റാംമോഹൻ റോയിയുടെ അക്ഷീണപ്രയത്നമുണ്ടായിരുന്നു.

1795 ലെയും 1804 ലെയും ബംഗാൾ റഗുലേഷൻസ് ആക്ട് പ്രകാരം പെൺശിശുഹത്യ നിയമവിരുദ്ധമായും കൊലപാതകസമാനമായ കുറ്റമായും പ്രഖ്യാപിക്കപ്പെട്ടു.

1843 ലെ ഒരു ആക്ടിൽക്കൂടി ഇന്ത്യയിൽ അടിമത്തം നിരോധിച്ചുകൊണ്ടുള്ള ഉത്തരവ് ഇന്ത്യയിലെ കമ്പനി ഗവൺമെന്റ് പുറപ്പെടുവിച്ചു. 1833-ൽ ബ്രിട്ടീഷ് സാമ്രാജ്യത്തിലെമ്പാടും അടിമത്തം നിരോധിച്ചതിന്റെ പരിണത ഫലമായിട്ടായിരുന്നു ഈ ഉത്തരവ് ഇറങ്ങിയത്.

പണ്ഡിറ്റ് ഈശ്വരചന്ദ്ര വിദ്യാസാഗറിന്റെ നിരന്തരപ്രയത്നത്തിന്റെയും മെമ്മോറാണ്ടങ്ങളുടെയും ഫലമായി 1856-ൽ ഇന്ത്യാഗവൺമെന്റ് ഹിന്ദുവിധവാ പുനർവിവാഹനിയമം പാസ്സാക്കി. അതുവഴി ഹിന്ദുവിധവകൾക്ക് പുനർവിവാഹം ചെയ്യാമെന്നും അവരുടെ മക്കൾക്ക് ന്യായമായ അവകാശങ്ങൾ ലഭിക്കുമെന്നും പ്രഖ്യാപിക്കപ്പെട്ടു.

1854 ലെ ചാൾസ്‌വുഡ് ഡെസ്പാച്ച് പ്രകാരം ഇന്ത്യയിൽ ഇംഗ്ലീഷ് വിദ്യാഭ്യാസത്തിന്റെ വ്യാപനത്തിന് ആക്കം കൂടിയപ്പോൾ, സ്ത്രീവിദ്യാഭ്യാസത്തിനും പ്രത്യേക പരിഗണന നൽകുന്നതായി പരാമർശിക്കപ്പെട്ടു.

1860 ലെ ശിക്ഷാനിയമപ്രകാരം അടിമക്കച്ചവടം ഇന്ത്യയിൽ നിരോധിച്ചു.

1870 ൽ ഇന്ത്യാഗവൺമെന്റ്, ഒരു നിയമത്തിൽക്കൂടി, മാതാപിതാക്കൾ നിർബന്ധമായും ശിശുക്കളുടെ ജനനം രജിസ്റ്റർ ചെയ്യണമെന്ന് ഉത്തരവിട്ടു.

1872 ലെ സിവിൽ വിവാഹനിയമപ്രകാരം 14 വയസ്സിൽ താഴെയുള്ള പെൺകുട്ടികളുടെയും 18 വയസ്സിൽ താഴെയുള്ള ആൺകുട്ടികളുടെയും വിവാഹം നിരോധിക്കപ്പെട്ടു. പക്ഷേ ഈ നിയമം ഫലപ്രദമായത് 1930–ൽ പാസ്സാക്കിയ ശാരദാ ആക്ട് പ്രകാരമായിരുന്നു.

ഒരു വിദേശി ഭരണകൂടം നിയമങ്ങൾ പാസ്സാക്കിയതുകൊണ്ട് മാത്രം സമൂഹത്തിലെ അനാചാരങ്ങൾ ഇല്ലാതാവില്ലല്ലോ. വിവിധ സംഘടനകളുടെയും വ്യക്തികളുടെയും കൂട്ടായും ഒറ്റക്കുമുള്ള പരിശ്രമങ്ങൾക്കൊപ്പം, ഇന്ത്യയിലെ സ്ത്രീസമൂഹം പതുക്കെപ്പതുക്കെ, സ്വയം തിരിച്ചറിഞ്ഞ്, അടിമത്തത്തിൽനിന്നു മോചനം നേടാനുള്ള ശ്രമങ്ങൾ തുടങ്ങി. സ്വാതന്ത്ര്യസമരപ്രസ്ഥാനം ശക്തിപ്പെട്ടതോടുകൂടി, സമൂഹം ഏൽപ്പിച്ച പല വിലക്കുകളിൽനിന്നും പുറത്തുവരാൻ സ്ത്രീകൾ ധൈര്യം കാണിച്ചു. ഗാന്ധിജി തന്റെ ജീവിതകാലം മുഴുവൻ, മൂന്നു കാര്യങ്ങൾക്കായി അക്ഷീണം പ്രവർത്തിച്ചിരുന്നു. അതിൽ ഒന്ന് ഇന്ത്യൻ സമൂഹത്തിൽ സ്ത്രീയുടെ പദവി ഉയർത്തുക എന്നതായിരുന്നു.

സ്വാതന്ത്ര്യസമരം

മനുഷ്യനെ മനുഷ്യനിൽനിന്നും വേർതിരിച്ച് നിർത്തുന്ന ഇന്ത്യൻ സാഹചര്യം ജാതിയുടെ സൃഷ്ടിയാണ്. സമൂഹത്തെ ജീർണ്ണാവസ്ഥയിലേക്ക് തള്ളിവിടുന്ന ജാതിക്കും അതുൾക്കൊണ്ട അനാചാരങ്ങൾക്കും എതിരെ ശബ്ദമുയർത്തുന്നവർ ഇന്ത്യൻ നവോത്ഥാനത്തിന്റെ പാതയൊരുക്കിയവരാണ്. നൂറ്റാണ്ടുകൾ കടന്നിട്ടും ഇന്നും ജാതി ഇന്ത്യാമഹാരാജ്യത്തെ ജനസമൂഹങ്ങൾക്കിടയിൽ നിർണ്ണായകമായ സ്വാധീനശക്തിയാണ്. ഇന്ത്യൻ സംസ്കാരത്തിലുടനീളം കരിനിഴൽ പരത്തിയ ജാതിക്കെതിരെയുള്ള പ്രതിഷേധത്തിലാണ് ഈ രാജ്യത്തിന്റെ പുരോഗതി ലക്ഷ്യമാക്കിയുള്ള പരിഷ്കരണപ്രക്രിയ തുടങ്ങുന്നത്. അത് ഇന്ത്യാചരിത്രത്തിന്റെ ഏതു കാലഘട്ടമായാലും അപ്പോഴെല്ലാം ഇന്ത്യയിൽ നവോത്ഥാനം നടന്നിട്ടുണ്ട്. ഇത് നിരന്തരമായി നടക്കുന്ന ഒരു പ്രക്രിയയാണ്. ഇനിയും നടന്നുകൊണ്ടിരിക്കുകയും വേണം. കാരണം, മാറ്റം അനിവാര്യമാണ്. ഒരു മാറ്റവും നമ്മെ പരിപൂർണ്ണതയിൽ എത്തിക്കുന്നുമില്ല. എന്നൊക്കെ അസമത്വവും അസന്തുലിതാവസ്ഥയും ജീർണ്ണതയും സമൂഹത്തിൽ ഉണ്ടാകുന്നുവോ, അന്നൊക്കെത്തന്നെ അതിനെതിരെ ശബ്ദമുയർത്താൻ, സ്ഥിതിസമത്വത്തിനും ഉത്ഥാനത്തിനും വേണ്ടി പ്രവർത്തിക്കാൻ, വ്യക്തികളോ സംഘടനകളോ ഉയർന്നുവരും. ഓരോ തവണയും ഇത് നവമായ ഉത്ഥാനമാണ്.

REFERENCES

1. *Modern India* - Bipan Chandra.
   NCERT. 197/ ND.
2. *Essays in Indian History* - Irfan Habib 1995. ND.
   Towards a Marxist Perception.
3. Modern India - 1885 - 1947 Sumit Sarkar 1983 Delhi
4. *നവോത്ഥാനത്തിന്റെയും*
   പുനരുത്ഥാനത്തിന്റെയും - *പെരുമ്പറ സാംസ്കാരിക രാഷ്ട്രീയം. വേദി.*
   (essays)
5. *വൈകുണ്ഠസ്വാമികൾ*
   നവോത്ഥാനശില്പി - വി തങ്കയ്യ, 2000
   Prabhat Book House.
6. *Essays on Colonialism* - Bipan Chandra, Orient Longman, 1999
7. *ബുദ്ധിസം* - പെരിയാർ ഇ വി രാമസ്വാമി (പരിഭാഷ - കൈനകരി വിക്രമൻ)
8. *The New Cambridge*
   History of India III. 1. - Kenneth W James *Socio Religious Reform*
   Cambridge Uni Press 1994. *Movements in British India*
9. *A new book at Modern*
   India in History - B L Grover, S Grover 11th Rev.Ed
10. *Social Background*
    of Indian - A R Desai 1st 1948. *Nationalism* (5th Ed 1976
11. *Cultural Idelogy and*
    Hegemony - K N Panikkar -1995ND
12. *Cultural Heritage*
    of Kerala - A Sreedhara menon

9 788126 202713

Printed by Libri Plureos GmbH in Hamburg,
Germany